રણ

મિહિર જાગૃતિ વોરા

આ પુસ્તક હું મારા માતા પિતા , મોટા ભાઈ ભાભી અને નાની પ્રિય ભત્રીજી ને અર્પણ કરું છું .

સામગ્રી

પ્રસ્તાવના

આ પુસ્તક માં મારા આજકાલ દૈનિક માં આવેલા મારી કોલમ એક નઝર ના લેખ છે. ૨૦૦૫ થી ૨૦૧૮ સુધી મારા લેખ આ કોલમ માં આવ્યા હતા.

સ્વીકૃતિઓ

આ પુસ્તક માં મારા આજકાલ દૈનિક માં આવેલા મારી કોલમ એક નઝર ના લેખ છે આ માટે હું આજકાલ દૈનિક ના મેનેજમેન્ટ , તંત્રી , ટ્રસ્ટી અને તમામ પત્રકાર અને સ્ટાફ નો આભાર માનું છું .૨૦૦૫ થી ૨૦૧૮ સુધી મારા લેખ આ કોલમ માં આવ્યા હતા.

આ પુસ્તક માટે મેં વિવિધ લેખ આધારિત માહિતી વિકિપીડિયા ,લેખ ને લાગતા આવેલા વિવિધ અખબારી અહેવાલ અને જે તે લેખક ના લેખ ના સંદર્ભો નો સહારો લીધો છે તે સૌ નો હું આભાર માનું છું .

અનુક્રમણિકા

1
રણ પ્રદેશની જમીન વધતી જાય છે.

પાટનગર દિલ્હીમાં ધૂળની એટલી જબ્બર આંધી આવી કે આખું શહેર ધૂળના વાદળો નીચે ઢંકાઇ ગયું. ધોળે દિવસે રાજધાની દિલ્હી અંધારામાં ગરકાવ થઇ ગઇ. જેને કારણે વાહનવ્યવહાર ઠપ થઇ ગયો. ચારે તરફ ઉડતી ધૂળની ડમરીઓ જોઇને ઘણાંને આશ્ચર્ય થયું હતું.જો કે આ કંઇ એકલદોકલ ઘટના નથી.

ઉત્તર ભારતના ઘણા વિસ્તારોમાં અવારનવાર વાં- વંટોળ જેવી સ્થિતિ સર્જાય છે. ઉત્તર ભારતમાં હલવા દબાણના પટ્ટા સર્જાય ત્યારે છેક રાજસ્થાન-થરના રણની રેતી હવામાં ઉડતી ઉડતી આ વિસ્તારમાં પથરાય છે.

આંધી- તૂફાનની સ્થિતિ ના હોય ત્યારે પણ પશ્ચિમમાંથી ફૂંકાતા પવનો તેમની સાથે રણની રેતીને ઉત્તરભારતના પંજાબ, દિલ્હી, રાજસ્થાન, ગુજરાત અને મધ્ય પ્રદેશમાં ફંગોળે છે. કચ્છ- રાજસ્થાનનું રણ ધીરે ધીરે આગળ વધી રહ્યું છે. દર વર્ષે અનેક હેક્ટર ખેતીલાયક જમીન પર રણની રેતીના થર જામતા જાય છે. ગુજરાતના રાજકોટ, અમદાવાદ, વડોદરા જેવા શહેરોમાં પણ ઉડતી ધૂળનું પ્રમાણ ધીરે ધીરે વધી રહ્યું છે.

ઉનાળામાં તો સમગ્ર ગુજરાતમાં ઉડતી ધૂળની ડમરીઓ જોવા મળે છે. માર્ગો પર બંને કિનારે આવી રણની રેતી જોવા મળે છે. કચ્છનું રણ છે ત્યાં કોઇ કાળે જંગલ હતું ત્યાંથી હાથી, હરણ તેમ જ અન્ય પ્રાણીનાં હાડકાં મળી આવ્યાં હતાં. રાજસ્થાનના રણમાં પણ આવું જ હતું. દસ હજાર વર્ષોમાં જંગલોનો નાશ થયો એટલે ભૂમિ વેરાન બનીને રણમાં ફેરવાઈ ગઈ.

કચ્છનું રણ આગળ વધે છે એ ભય સાચો છે. દર વર્ષે દોઢથી બે કિલોમીટર રણ વિસ્તરે છે.કચ્છ જિલ્લો ભૌગોલિક રીતે આખા દેશથી નોખો પડે છે. દરિયો, ડુંગર રણએ કચ્છની વિશેષતા છે. પરંતુ એજ વિશેષતામાંના દરિયા અને રણે કચ્છીઓમોં ચિંતા પણ જગાવી છે. આજથી ૨૨ વર્ષ પહેલાં સર્વે થયો ત્યારથી જ આજદિન સુધી રણ વિસ્તારમાં સતત વધારો થતો રહ્યો છે.

છેલ્લા ૧૦ વર્ષમાં કચ્છના રણ વિસ્તારમાં ૨૫ ટકા જેટલો વધારો થયો હતો.અને ૨.૫૦ લાખ લોકો તેનાથી પ્રભાવિત થતાં સરકારે જમીન સુધારણા માટે ૧૮૮ કરોડની બંધારા યોજના ત્રણ વર્ષ પહેલાં જ અમલમાં મૂકી છે. એકલા કચ્છ અને રાજસ્થાનની જ વાત નથી. દુનિયા ભરમાં રણ સતત આગળ વધી રહ્યાં છે.

ઈ.સ.૨૦૨૫ સુધીમાં તો વિશ્વના ૧૦૦ જેટલા દેશોની ખેતીલાયક જમીન રણપ્રદેશમાં ફેરવાઈ જશે. આને કોઈ રોકી શકશે નહિં. આ પ્રદેશમાં હળને બદલે ઊંટ જ ફરી શકશે.સંયુક્ત રાષ્ટ્રસંઘ અને દુનિયાભરની સરકારો પોતાના દેશમાં રણ કેટલું વિસ્તરી રહ્યું છે, તેના પર નજર રાખી રહી છે.

ઉપગ્રહોના આ યુગમાં હવે જમીનના ફેરફારોનું માપન કરવું જરા પણ અઘરું નથી. ભારત સરકાર દ્વારા ડેઝર્ટિફિકેશન, લેન્ડ ડીગ્રેડેશન અને ડ્રાઉટ અંગેના રિપોર્ટ તૈયાર થઇ ગયો છે. રિપોર્ટ પ્રમાણે દેશની ૨૫ ટકા જમીન વેરાન બની ગઈ છે. એટલે કે દેશની ૩૨ લાખ ચોરસ કિલોમીટર જમીન પૈકીની સાતેક લાખ ચોરસ કિલોમીટર જમીન એવી બની ગઈ છે કે જેમાં ખેતી નથી થઈ શકે એમ. ખેતી પ્રધાન દેશમાં ૨૫ ટકા જમીન બિનઉપજાઉ પડી રહે એ સ્થિતિ કોને પોસાય? વળી ૩૨ ટકા જમીન વળી એવી છે, જે સાવ બંજર તો નથી પણ તેમાં ઉપજાઉ ખેતી થઈ શકે એમ પણ નથી.

ટૂંકમાં દેશની જમીન ભારે ઝડપી ગતીએ હરિયાળીમાંથી વેરાન થઈ રહી છે.રણ પ્રદેશની રેતી પવન સાથે બીજા પ્રદેશોમાં પથરાતા રોજ રોજ ફળદ્રુપ જમીન ઓછી થતી જાય છે અને સુકી ભઠ્ઠ જમીન વધતી જાય છે. રાજસ્થાન પાસે તો સત્તાવાર રીતે રણ છે, એટલે ત્યાંની જમીન કસવાળી હોય એવી કોઈ અપેક્ષા ન રાખે એ સ્વાભાવિક છે.

પરંતુ અહેવાલમાં ટાંકેલી વિગતો પ્રમાણે જમ્મુ કાશ્મીરનો ઉત્તર ભાગ, ઉત્તર-પૂર્વના સાત રાજ્યો અને કેરળને બાદ કરતાં બાકીના તમામ રાજ્યોની જમીનો ઉજ્જડ થઈ રહી છે. જમીન બંજર થવા પાછળ કારણો પણ ઘણા છે. રણની રેતી પ્રસરવાથી જમીન ઉજ્જડ થતી હોય એવી સ્થિતિ રાજસ્થાન, ગુજરાત, હરિયાણા, પંજાબમાં છે.

યુનાઈટેડ નેશન્સના રણને આગળ વધતું અટકાવવા માટેના વિભાગના વડાએ કહ્યું હતું કે આ પ્રક્રિયા વિશ્વની મોટી દુર્ઘટના તરફ દોરી જાય છે અને દુનિયાના એક અબજ જેટલા ગરીબ, ભૂખ્યા લોકોની સંખ્યામાં દરરોજ વધારો કર્યે જાય છે.૧૯૭૭માં યુનાઈટેડ નેશન્સે રણપ્રદેશને વધતો અટકાવવાનો જે કાર્યક્રમ યોજ્યો હતો એ સંપૂર્ણ રીતે નિષ્ફળ ગયો હોવાનું છેલ્લાં સાત વરસની આકારણીએ બતાવ્યું છે.

જેનો મતલબ એ થયો કે રણ વિસ્તરતું જતું હોવાની પ્રક્રિયા ચાલુ જ છે.ઈ.સ.૨૦૨૫માં પણ એના અટકાવવાના કોઈ સંજોગો શક્ય નથી લાગતા. આને અટકાવવા માટે શું કર્યું છે અને શું કરવું જોઈતું હતું એની તુલના કરવા જતાં આપણે ભયંકર આફત ભણી જઈ રહ્યાં હોવાનું લાગે છે.ફળદ્રુપ જમીન પર રેતી આક્રમણ કરે છે,

ધસી પડે છે. આ બધુય સરકાર ઊભી ઊભી જોતી જ રહે છે, દર વર્ષે પરિસ્થિતિ વધુ ને વધુ વણસતી જાય છે. ચીનના ગોબીથી માંડી આફ્રિકાના સહારા સુધીના રણ વિસ્તારો દર વર્ષે ખેતીલાયક જમીનને ભરખી જતા હોવાનું તેમણે કહ્યું હતું.આ એક

તરેહની ચેતવણી છે.અમેરિકાની મેરિલેન્ડ યુનિવર્સિટીમાં થયેલા એક અભ્યાસમાં જાણવા મળ્યું છે કે દુનિયાના સૌથી મોટા રણનો પ્રદેશ ૧૦ ટકા વધી ગયો છે.

આ અભ્યાસ છેલ્લાં ૧૦૦ વર્ષના આંકડા પરથી થયો છે. રિપોર્ટ મુજબ છેલ્લા એક દાયકામાં સહરાના રણનું ક્ષેત્રફળ ૯ લાખ સ્કવેર કિલોમીટર જેટલું વધ્યું છે. એની પાછળ ગ્લોબલ વોર્મિંગને કારણભૂત માનવામાં આવે છે.સંશોધકોનું કહેવું છે કે ધરતીનું તાપમાન વધવાને કારણે રણપ્રદેશનું ક્ષેત્રફળ વધ્યું છે. ૧૯૨૦ થી ૨૦૧૨ ની વચ્ચે પડેલા વરસાદ અને એના વિશ્લેષણ પરથી અભ્યાસ કરવામાં આવ્યો છે. સહરાની આસપાસના ઘણા વિસ્તારો પહેલાં રણપ્રદેશ નહોતા.

પરંતુ હવે એ પૂરેપૂરા રણમાં પરિવર્તિત થઈ ચૂક્યા છે. આફ્રિકામાં ગરમી વધી રહી છે એને કારણે ખેતી પર પણ માઠી અસર પડી છે. આનું પરિણામ દુનિયાભરમાં જોવા મળશે.દર વર્ષે ૨૭ લાખ હેક્ટરથી વધુ જમીન ધસમસતા રણમાં સમાઈ જાય છે. છેલ્લા એક દાયકામાં ઉત્પાદન તથા જમીન પરના પાકની થયેલી નુકસાનીનો આંકડો ૨૬૦ કરોડ ડોલર ઉપર પહોંચ્યો છે.

૫૧કરોડ લોકો, એટલે કે દુનિયાની વસતિનો લગભગ ૧૫ ટકા, આજે મરુભૂમિ દ્વારા ભરખી જવામાં આવેલા દેશમાં વસવાટ કરે છે.આ પ્રદેશોને સાચવી રાખવા તેમ જ રણપ્રદેશોનો સામનો કરવા માટે આગામી ૨૦ વર્ષોમાં ૯૬ કરોડ અથવા દર વર્ષે ૪૫૦૦ લાખ ડોલર ખર્ચવાની જરૂર છે. આવડી મોટી રકમ ઊભી કરવાનું અશક્ય હોવાનું યુનોના અધિકારીઓ માને છે.પરિણામે મૃત્યુ તથા ભૂખમરાની સંખ્યા વધશે.

આગામી વર્ષોમાં પણ રણ વિસ્તરણ ચાલુ જ રહેશે. અત્યારની ગતિએ, વરસાદથી તૈયાર થતા પાકવાળી ધરતી માટે આ વધુ ખતરનાક બનશે. આનું કારણ એ છે કે આ પ્રદેશો વિકાસશીલ વિશ્વમાં ગીચ વસતિ ધરાવતા હોય છે. આના મુખ્ય કારણોમાં અર્ધા સુકા પ્રદેશોમાં માનવી દ્વારા સાધનસંપત્તિનો થતો ગેરઉપયોગ, વધુ પ્રમાણમાં જમીનને ચરાવવા માટે છૂટી કરવી, વધુ માત્રામાં ખેતી કરવી અને પાણીનો દુર્વ્યય છે.

એમ નિષ્ણાતો જણાવે છે.રણની ગતિને રોકવા મોટા પાયે જમીન સંરક્ષણને લગતી કામગીરી કરવી જોઈએ. આ કામ પાર પાડવા સોઈલ રીજનરેશન ટેકનોલોજિકલ ઇન્સ્ટિટ્યૂટ શરૂ કરવી જોઈએ. આવી સંસ્થા મારફત વૈજ્ઞાનિકો અને કિસાનોને ખાસ પ્રકારની તાલીમ આપવી જોઈએ..ઈઝરાયલનો દાખલો ટાંકતા એક નિષ્ણાતે જણાવ્યું કે આખું ઈઝરાયલ રણભૂમિ પર બેઠેલું છે. ૫૦ વરસના ગાળામાં એ દેશે રણને નવસાધ્ય કરીને જમીન ફળદ્રુપ કરી છે.

અને આશ્ચર્ય થાય તેવા ફળ-ફુલો ઉગાડે છે. હિટલરનું જર્મની જે સંતરા ખાય છે એ સંતરા ઈઝરાયલમાં પાકે છે. જર્મની ત્યાંથી આયાત કરે છે. પડોશી ચીને પણ આવું જ કરી બતાવ્યું છે. રણને રોકવા માટે બાકીની ઈકોલોજિ બચાવવી જોઈએ. વસ્તી વિસ્ફોટ પણ રણ વધવાનું કારણ છે.જમીનની જરૂરત પડવાથી વૃક્ષોનો મોટા પાયે વિનાશ કરવામાં આવે છે કે મંદિરોમાં ઈકોલોજિ વિષય શીખવવો જોઈએ. ધરતી તમારી સાચી માતા છે.

ધર્મની પાછળ પૈસા વાપરીએ એના કરતાં જમીનને ફળદ્રુપ કરવા લાખો વાપરશું તો લેખે લાગશે. ઈઝરાયલની એક વખતની બિનઉપજાઉ ધરતી બાગબગીચાઓથી શોભી ઉઠી છે. એવા જ બાગ કચ્છની ધરતી પર કરો. ધરતીની આ સાચી પૂજા છે. કેમિકલ ફર્ટિલાઈઝર અને પેસ્ટીસાઈડઝ ધરતીનો નાશ કરે છે. તેને વાંઝણી કરે છે. કુદરતી ખેતી કરો તો જ જમીન બચશે.

ઈકોલોજીનો પ્રચાર સૌથી વધુ ગામડાંઓમાં થવો જોઈએ. ગામડાંમાં ખેડૂત છે. ગામડાંનો માણસ પ્રકૃતિની વધુ નજીક છે. એ જાગશે તો ચળવળ સફળ થશે. મુંબઈમાં વસતા કચ્છી છોકરા-છોકરીઓએ વેકેશનના દિવસોમાં વતનનાં ગામડાંમાં જઈને ઝાડ વાવવા જોઈએ. કચ્છમાં વરસાદ ઓછો અનિયમિત છે.

મોન્સુન સિસ્ટમને બદલી શકાય નહિ. દક્ષિણ દિશામાંથી વરસાદનું આગમન શરૂ થાય છે. કચ્છ તો છેવાડે આવે. એટલે વરસાદ પર બહુ ભરોસો રાખી શકાય નહિ. કચ્છમાં ઉષ્ણતામાન ઊંચે જાય છે. છેલ્લાં વીસ વરસમાં ઉષ્ણતામાન ૧ થી ૨ ડિગ્રી ઊંચુ ગયું છે. કચ્છ પર ઉદ્યોગપતિઓની નજર છે. આ ઉદ્યોગો પ્રદૂષણ ફેલાવે તેવી શક્યતા છે. આ ઉદ્યોગો પર્યાવરણ સમતુલા માટે પૂરતાં પગલાં લે છે કે નહિ એ માટે લોકોએ જાગૃત રહેવાનું છે.

કચ્છ પાસે વિશાળ દરિયાકાંઠો છે. દરિયાનું પાણી પીવાલાયક કરવાની હાલની ટેક્નોલોજી ઘણી મોંઘી છે. માળિયાથી માણબા, કોટેશ્વર અને છેક કોરીક્રીક સુધી ૩૬૦ કિ.મી.નો ખારોપાટ ધરાવતા કચ્છમાં ૧૯૮૪માં કે.શિવરાજના વડપણ હેઠળ ઉચ્ચકક્ષા સર્વે સમિતિની રચના કરાઈ હતી. અભ્યાસના અંતે સમિતિએ એવું તારણ રજૂ કર્યું હતું કે, ૩૬૫૨ ચો.કિ.મી.માં ક્ષાર વધી રહ્યો છે. જેની અસર સાત તાલુકાના ૨૪૫ ગામડાંની ૨ થી ૩ કિ.મી. સુધીની જમીનમાં થઈ હતી. આ અસરમાંથી ગામડાંઓને બચાવવા ભલામણો કરાઈ હતી.

તે મુજબ સરકારે ૧૮૬ કરોડના કામો મંજૂર કર્યા. જેમાં ચેકડેમો, રિચાર્જ ટેન્ક, કૂવા રિચાર્જ, બંધારા અને ભરતી નિયંત્રકોનો સમાવેશ થાય છે. ૨૦૧૩માં સૂચિત કામો ૧૮૫૫.૨૯ લાખના ખર્ચે ક્ષાર અંકુશ વિભાગ પૂરા કર્યા હતા. સૂચવેલા કામો પૂરા થતાં વર્ષ ૨૦૧૪માં સરકારે ફરી પાછો સર્વે કરાવ્યો હતો.

જેમાં ચોંકાવનાર પરિણામો બહાર આવ્યાં હતાં. ૧૮૬ કરોડના ખર્ચે થયેલા કામોનો કોઈ ફાયદો ક્ષાર અંકુશમાં દેખાયો ન હતો. ક્ષારનું પ્રમાણ ઘટવાને બદલે વધ્યું હતું. અગાઉ ૧.૨૫ લાખ હેક્ટરથી વધારે જમીન ક્ષાર યુક્ત હતી એ વધીને ૧.૫૭ લાખ હેક્ટરથી વધારે નોંધાઈ હતી. રણકાંઠાના ગામડાઓમાં ક્ષારનું પ્રમાણ વધતાં ખેતી પડી ભાંગી હતી, પાણીમાં ટીડીએસ ૨ હજારથી વધીને ૫ હજાર પીપીએસ સુધી પહોંચી ગયું હતું.

ખારેક, નાળિયર જેવા પાકોમાંથી મીઠાશ ઓછી થઈ ગઈ હતી. ગામડાંઓમાંથી મહારાષ્ટ્ર અને અન્ય રાજ્યોમાં લોકો સ્થળાંતર કરી રહ્યા હતા. આવી સ્થિતિ નિર્માણ થતાં સરકારે સુજલામ્ સુફલામ્ યોજના હેઠળ તાત્કાલિક ૧૮૮ કરોડની બંધારા યોજના અમલમાં મુકી છે. બીજી તરફ ગુજરાતના અન્ય પછાત, આદિવાસી વિસ્તારોની હાલત

પણ ખરાબ છે.ગુજરાતના દરિયા કિનારાના ગામોમાં ખારાશ દિવસે દિવસે વધી રહી છે. એક અંદાજ પ્રમાણે સૌરાષ્ટ્રમાં દર વર્ષે અડધો કિલોમીટરના દરે ખારાશ આગળ વધે છે.

સૌરાષ્ટ્રના દરિયા કિનારાના ૭૩૩ ગામોમાં પાણીની પરિસ્થિતિ સંદર્ભે અભ્યાસ કરાયો હતો તેમાં ૧ લિટર પાણીમાં ટીડીએસનું પ્રમાણ ૨૦૦૦ કરતાં વધુ હતું. નિયમો મુજબ ૫૦૫ ટીડીએસ સુધીનું પાણી જ પીવાલાયક ગણી શકાય છે.સૌરાષ્ટ્રમાં દરિયાપટ્ટીના વિસ્તારોમાં ચુનાના પથ્થરો, મિલિયોલાઇટ ચુનાના પથ્થરોનું ખોદકામ મોટા પાયે થઈ રહ્યું છે.

હકીકતમાં આ પથ્થરો પોચા અને છિદ્રાળુ હોવાના કારણે ચોમાસુ વરસાદનું મીઠું પાણી સંઘરે છે અને એના કારણે દરિયાનું ખારું પાણી, ખારાશ આગળ વધી શકતા નથી. પીવાનું મીઠું પાણી ઉપલબ્ધ રહે છે. હવે આવા પથ્થરો કે જે ખારાશને રોકતી કુદરતી દિવાલ છે તેને તોડી નાંખવામાં આવે છે. તેનાથી મીઠુ પાણી દુર્લભ બની રહ્યું છે.

પાણી રણને હરિયાળું કરે એ પહેલાં રણની રેતી ઉત્તર ગુજરાતને ભરખી જશે. રણ આગળ વધતું જાય છે અને સાંતલપુર તાલુકાનું વડું મથક સાંતલપુરથી વારાહી ફેરવાયું તે પાછળનું આ પણ એક મોટું કારણ છે. ખરેખર તો વિસ્તરતા જતા રણને ખાળવાની કોઈ યોજના થવી જોઈતી હતી તેને બદલે રણને વધારવાની યોજના સરકારે કરી.

મોટી જળાશય યોજના વધારાના અને વેડફાતા પાણી પર જ બનાવવામાં આવે તેવો નિયમ છે. ખેર, રણના વિસ્તરણને અટકાવવા માટે હવે કોઇ જલદ પગલાં તાત્કાલિક નહીં લેવાય તો અનાજ ઉત્પાદન ઘટતું જશે અને બેરોજગારી તથા ભૂખમરા જેવા દ્રષણ વકરી જશે.

સંદર્ભ: હોટલાઈન - ભાલચંદ્ર જાની

2
પેરુના રણમાં

પેરુના પુરાતત્વશાસ્ત્રી ટોરિબો મેજિઆની 'પારાકાસ કલ્ચર' નામે ઓળખાતી પેરુની જૂની સંસ્કૃતિની શોધખોળ કરતા હતા. પેરુના દક્ષિણ ભાગમાં એન્ડિઝની તળેટી અને પ્રશાંત મહાસાગર વચ્ચે ફેલાયેલા સપાટ પ્રદેશમાં પારાકાસના પુરાવા મળી શકે એમ હતા.

૧૯૨૭માં એવી જ એક શોધ-સફર પર નીકળ્યા ત્યારે ટેકરી પરથી તેમનું ધ્યાન રણ-પ્રદેશ પર પડ્યું.દક્ષિણ અમેરિકા ખંડના કાંઠે ફેલાયેલા અતિ દુર્ગમ અતકામા રણનો ત્યાં ઉત્તર છેડો હતો. સાવ નિર્જન, હજારો વર્ષોથી ખાલી, કોઈ પ્રકારની ચહલ-પહલ વગરના એ પ્રદેશમાં જો સંશોધન ન કરવાનું હોત તો ટોરિબો માટે પણ આવવાનું કોઈ કારણ ન હતું.

વિહંગાવલોકન કરતી વખતે એમના ધ્યારે રણમાં દોરાયેલી વિશાળ આકૃતિ ચડી.ટોરિબોએ રણ વચ્ચે આવેલા આકાર-આકૃતિ-ચિત્રો પાસે જઈ તપાસ કરી. બધા આકાર એવા કે જમીન પરથી ન દેખાય, પરંતુ કોઈ ઊંચા સ્થળે ચડીને જોવામાં આવે તો સુક્કી જમીન પર આકાર સ્પષ્ટ થવા માંડે.

દક્ષિણ અમેરિકા ખંડના નાનકડા અને ભૌગોલિક રીતે છેવાડે આવેલા દેશ પેરુના રણમાં આવેલી કલા-કારીગરીમાં ત્યારે કોઈને રસ ન પડ્યો. રણની આ રચના કોઈ પરંપરાગત વિધિ-વિધાનનો ભાગ છે, એટલું તારણ રજૂ કરી ટોરિબો પોતાના બીજા કામમાં પડી ગયા.૧૯૨૮માં અને એ પછી પેરુના પેરુવિયન નામે ઓળખાતા રણ-પ્રદેશ પરથી વિમાનો ઊડતાં થયા.

આભને થીંગડું ન લાગે એમ રણમાં ચિતરાયેલાં ચિત્રોને પણ થીંગડું લાગી શકે એમ ન હતું. વિમાનના પાઈલટોના ધ્યાનમાં ચિત્રો-આકાર આવતા થયા. આકૃતિ એકાદ નહીં, અનેક હતી. એક-સરખી નહીં, વૈવિધ્યપૂર્ણ હતી.જ્યાં હજારો વર્ષથી કોઈ રહેતું નથી એ રણમાં આકૃતિ ક્યાંથી આવી? પાઈલટોએ રણની તસવીરો રજૂ કરી એ પછી જગતભરના સંશોધકોને અચાનક રણમાં જળ મળ્યું હોય એવો રસ પડવાની શરૂઆત થઈ.

પેરુના રણની એ આકૃતિઓ હવે 'નાઝ્કા લાઈન્સ' તરીકે ઓળખાય છે અને એ લાઈન્સની ગણતરી પૃથ્વી પરનાં સૌથી મોટાં રહસ્યોમાં થાય છે. બે-સવા બે હજાર વર્ષ

પહેલાં વેરાન રણમાં રચાયેલી એ વિવિધ આકૃતિઓનું કારણ-તારણ કોઈ સંશોધકો રજૂ કરી શક્યા નથી.

એટલામાં ગયા અઠવાડિયે અહીંથી બીજી પચાસ જેટલી નવી કૃતિ-આકૃતિ મળી આવી છે. ગામડામાં રમતી વખતે છોકરાંવ માટીમાં સાઠીકડું ફેરવી રમતની જરૂર પ્રમાણે કૂંડાળુ બનાવે કે ચોરસ બનાવે. એવી જ આકૃત્તિઓ અહીં બનાવાઈ છે, પણ એમાં આકાર-પ્રકારના વૈવિધ્યનો પાર નથી.

ગિરનાર પર્વતમાં એટલી બધી પૌરાણિક-ધાર્મિક-ઐતિહાસિક જગ્યાઓ છે, કે કોઈ વ્યક્તિ દર અઠવાડિયે એક જગ્યા ફરે તો પણ જિંદગી ઓછી પડે. દક્ષિણ અમેરિકા ખંડનું પણ એવુ જ છે. બ્રાઝિલ, પેરુ, બોલિવિયા, કોલંબિયા, વેનેઝૂએલા.. વગેરે બધા દેશો એમેઝોનના ગાઢ જંગલ સાથે મેળાપીપણું ધરાવે છે.

અહીં એટલા બધા પુરાતત્ત્વીય અવશેષો, પ્રાચીન નગર, ખજાના, બાંધકામ મળ્યા કરે છે કે ઇન્ડિયાના જોન્સ જેવા પુરાતત્ત્વશાસ્ત્રીઓ નવરા જ પડતા નથી. કેટલાક આર્કિયોલોજિસ્ટો તો વર્ષોથી આ ચિત્રોનો ઉકેલ મેળવવા જ પ્રયાસ કરી રહ્યાં છે.અત્યારે સંશોધકો ડ્રોન કેમેરાની મદદથી રણ-વિસ્તારનું અવલોકન કરી રહ્યા હતા. એ દરમિયાન જ તેમને ૫૦ નવાં ચિત્રો મળી આવ્યાં છે. મળી આવેલાં નવાં ચિત્રોમાં કેટલાક યોદ્ધા છે,

બાંધકામનો નકશો હોય એવો આકાર છે. ૧૯૨૭થી આજ સુધીમાં જોવા મળેલી નાઝકા લાઈન્સમાં છેલ્લે મળેલાં ચિત્રો સૌથી જૂના પણ છે.અહીં રહેતા લોકો નાઝકા તરીકે જાણીતા હતા, તેમના નામે જ નજીકનું શહેર ઓળખાય છે અને એ જ નામે આ વિસ્તારમાંથી મળેલાં આ ચિત્રોને 'નાઝકા લાઈન્સ'ની વૈશ્વિક ઓળખ આપી દેવાઈ છે.

નાઝકા અને પાલ્પા શહેર વચ્ચેના ૮૦ કિલોમીટર લાંબા, ૫૦૦ ચોરસ કિલોમીટરમાં પથરાયેલા વિસ્તારમાં જ મોટા ભાગનાં ચિત્રો છે. લેટેસ્ટ સંશોધન પછી ચિત્રોનો કુલ સ્કોર ૪૫૦ ઉપર પહોંચ્યો છે.

માત્ર સીધી રેખા હોય એવી સંખ્યા ૮૦૦ ઉપર છે અને સૌથી લાંબી રેખા ૪૮ કિલોમીટર સુધીની મપાઈ છે. સંખ્યા વધે એ સાથે સવાલ વધારે અધરો બનતો જાય છે કે રણમાં કોઈએ શા માટે કદાવર રેખાચિત્રો તૈયાર કર્યા હશે?

મોટા ભાગની લાઈન્સ એ હકીકતમાં જમીનમાં કરેલો ખાંચો છે. ખેતરમાં પાણી પહોંચાડવા માટે ધોરિયાનું નેટવર્ક ઊભું કરવામાં આવે એવુ આ નેટવર્ક છે. રણ છે, પણ જમીન કઠણ છે.

જમીનમાં ૧૨થી ૧૫ ઇંચ ઊંડી ખાંચી કરવામાં આવી છે. એમાં વળી ખાસ પ્રકારની રેતી નાખી છે. પરિણામે રણમાં હોવા છતાં આખુ ચિત્ર અલગ ઊપસે છે. આ રણમાં ખાસ કોઈ ભૌગોલિક કે માનવીય હલચલ થતી નથી.

માટે બધી લાઈન્સ કુદરતી રીતે જ સુરક્ષિત છે. ક્યારેક રણમાં તોફાન કે આંધીને કારણે કોઈ ચિત્ર થોડી વાર પૂરતું દટાઈ જાય તો સંશોધકો તેને ફરીથી સાફ-સૂફ કરી નાખે છે. ૨૦૧૫માં જોકે લાઈન્સ પર એક ટ્રક ફરી વળ્યો હતો.

તો વળી ૨૦૦૯માં વરસાદથી લાઈન્સને થોડ નુકસાન થયુ હતું. બાકી સબ સલામત છે!પૃથ્વી પર કંઈ રહસ્ય ન ઊકલે એટલે તેને પરગ્રહવાસીઓ સાથે જોડી દેવાની પ્રથા અહીં પણ લાગુ પાડી દેવાઈ છે. આ ચિત્રો તો પરગ્રહવાસીએ જ બનાવ્યાં હશે એવું ઘણા સંશોધકો કહે છે.આ બધાં ચિત્રો ખાસ્સાં મોટાં છે.

કદ ૫૦ મીટરથી લઈને ૩૭૦ મીટર (૧૨૦૦ ફીટ) સુધીનું નોંધાયુ છે. જમીન પર આવુ ચિત્ર ત્યારે જ બની શકે, જ્યારે તેને ઉપરથી જોઈ શકાતું હોય. દક્ષિણ અમેરિકામાં રહેતી પ્રજા તો ઊડી શકતી ન હતી. એટલે કે તેમની પાસે ઊડી શકાય એવુ કોઈ સાધન ન હતું. તો પછી પરફેક્ટ આકાર કઈ રીતે બનાવ્યા હશે? એટલે એ કામ નાઝકા પ્રજાનું નહીં, પરગ્રહીઓનું છે!

એલિયન્સ પોતે આવીને ના ન પાડે ત્યાં સુધી આ દાવો જીવતો રહેશે.અમેરિકન સાહસિક જીમ વૂડમેને એવો દાવો કર્યો હતો કે નાઝકા લોકો પાસે ભલે વિમાન ન હતાં, પણ બલૂન જેવી સામગ્રી તો હતી જ.

પોતાની વાત સાબિત કરવા માટે જીમે ૨ હજાર વર્ષ જૂની સામગ્રી એકઠી કરી બલૂન તૈયાર કર્યું હતુ. એ બલૂન થોડી મિનિટો ઊડ્યું પણ હતું.

એટલી વારમાંચિત્રોબનીનશકે.૧૬મી સદીમાં પેરુ પહોંચેલા સ્પેનિશ આક્રમણકાર પેડ્રો લિઓને પોતાની નોંધપોથીમાં આ રેખાઓની માહિતી લખી છે. પેડ્રોની સમજ પ્રમાણે એ લાઈન્સ દિશા દર્શાવવા માટે તૈયાર કરાયેલાં નિશાન હતા. ઊંચે ચડ્યા વગર પૂરું ચિત્ર દેખાય નહીં, પૂરું ચિત્ર દેખાયા વગર તેની ભવ્યતા પણ ખબર પડે નહીં, એટલે જમીની અંદાજ પરથી કોઈને પણ એ દિશાદર્શક પથ્થર લાગે એમાં નવાઈ નથી.

૧૯૪૧માં અમેરિકાના પ્રોફેસર પોલ કોસોક પેરુના રણમાં આવ્યા, આમ-તેમ ફર્યા અને સાંજ પડ્યે જાહેર કર્યું કે આ બધા આકાર આકાશ-દર્શન રજૂ કરે છે. હકીકતે જમીન પર પથરાયેલું કેલેન્ડર છે.

કેલેન્ડર ઉપરાંત તેનો ઉપયોગ જલ-સંચય અને જલ-પરિવહન માટે પણ થતો હોવો જોઈએ એવુ પણ પ્રોફેસર પોલે કહ્યું.૧૯૫૯માં પ્રોફેસર પોલ મૃત્યુ પામ્યા ત્યારે નાઝકા લાઈન્સનું રહસ્ય હજુ પૂરું ઉકેલી શક્યા ન હતા.

પાણી સાથે આકૃતિનો સંબંધ હોય એમ ઘણા માને છે કેમ કે આ વિસ્તારમાં વર્ષે સરેરાશ ૨૦ મિનિટ જ વરસાદ પડે છે. એ સચવાઈને જમીનમાં ઊતરે એ જરૂરી છે.

પરંતુ જલ-સંચય માટે સીધા ખાડા ખોદવાને બદલે આવા આકાર કેમ તૈયાર કર્યા હશે? પરફેક્ટ આકાર માટે કયા પ્રકારનાં સાધનો વાપર્યા હશે?એક વિશાળ આકૃતિ કરોળિયાની છે. સંશોધકો એમ માને છે કે કરોળિયોએ વરસાદનો સિમ્બોલ હોવો જોઈએ.

બીજા બધાં પણ પ્રાણી આ રીતે પ્રાકૃતિક ઘટનાઓ સાથે સંકળાયેલાં હોય એમ બને!પોલ સાથે પેરુના પાટનગર લીમામાં રહેતા જર્મન ગણિતજ્ઞ અને અનુવાદક મારિયા રિશેલ પણ નિયમિત રીતે રેતીનાં રેખાચિત્રો જોવા આવતા હતા. રહસ્યમાં રસ પડ્યો એટલે તેમણે અભ્યાસ શરૂ કર્યો અને એ ચાલીસ વર્ષ સુધી ચાલ્યો.

ચાર દાયકા સુધી નાઝકા લાઈન્સ સમજવા પ્રયાસ કર્યા પછી તેમણે પણ એ જ કહ્યું, જે પોલ કહીને ગયા હતા :'આ બધાં ચિત્રો કદાવર કેલેન્ડરનો ભાગ છે!'

ખાતરીપૂર્વક તો રિશેલ પણ કહી ન શક્યા કે રેતી કોતરીને બનાવેલી ઓપન-એર ચિત્રબુક ખરેખર શું છે, કોણે બનાવી છે? મારિયાએ જોકે એવો તર્ક પણ રજૂ કર્યો કે પહેલાં નાનાં ચિત્રો તૈયાર કર્યા પછી ક્રમશ: તેને જમીન પર મોટા સ્વરૂપે દોરવામાં આવ્યાં હશે.

અંતે નક્કી થયેલો આકાર બન્યા પછી ખોદકામ કરી તેને ચિત્રમાં પરિવર્તિત કરાયો હશે. હોઈ શકે, પણ આકાર બનાવ્યા શા માટે? કોણે બનાવ્યા? એ સવાલો અણનમ રહ્યા!ચિત્રો જે હોય એ પણ મહત્ત્વ સમજી ચૂકેલા મારિયાએ સમગ્ર વિસ્તારની સુરક્ષા માટે પોતાના ખર્ચે ગાર્ડની ગોઠવણી કરી.

પેરુવિઅન એરલાઈન્સની મદદથી એરિયલ ફોટા પાડી ઐતિહાસિક સ્થળનું મહત્ત્વ પેરુ સરકારને સમજાવ્યું. આકારને નુકસાન થાય એવુ કોઈ પણ બાંધકામ થતાં અટકાવ્યું.

'લેડી ઓફ ધ લાઈન્સ' નામે જાણીતા થયેલા મારિયા ૧૯૯૮માં અવસાન પામ્યા એ પહેલાં ૧૯૯૪માં જ 'યુનેસ્કો'એ આ જમીનપટ્ટને 'વર્લ્ડ હેરિટેજ સાઈટ' ઘોષિત કરી દીધો હતો. ત્યારથી એ સુરક્ષિત છે અને પ્રવાસીઓ જોવા અહીં બળબળતા તાપમાં આવે છે.

અત્યાર સુધીમાં ઘણા આર્કિયોલોજિસ્ટ-એન્થ્રોપોલોજિસ્ટ આ રણ ખૂંદી વળ્યા છે. પણ તેમને કળ મળતી નથી. આ બધા બાંધકામ એવા છે, જે જમીન પરથી દેખાતા નથી. અમુક જમીન પરથી દેખાય તો પણ પ્રભાવશાળી લાગતાં નથી. જમીન પરથી તો એવુ લાગે જાણે રેતીમાં કોઈ પટ્ટો બન્યો છે. ઊંચે ચડ્યા પછી જ તેનો આકાર સામે આવે છે.

એટલે અહીં આવતા પ્રવાસીઓ માટે ૫૦ ફીટ ઊંચા વૉચ ટાવર પ્રકારનાં માંચડા બનાવી રાખવામાં આવ્યા છે. એ માંચડા પર પ્રવાસી ન ચડે તો તેમને રણ જેવું રણ લાગે, કોઈ આકૃતિ-ફાકૃતિ દેખાય નહીં.અહીં મળેલાં રેખાંકનો માણસનાં છે,

પ્રાણીનાં છે, કુદરતી ઘટનાના છે, ફૂલ છે, વૃક્ષ છે, વાંદરા છે, જેગ્ુઆર છે, જલેબી જેવુ ગૂંચડ પણ છે.. આડી-ઊભી લીટી તો છે જ. એટલે કે એ વખતની પ્રજાએ લગભગ બધું જ બનાવ્યુ છે.

કેટલાક એવા પણ આકાર મળ્યા છે, જે સામાન્ય રીતે વાસ્તવિક કરતાં કાલ્પનિક વધારે છે. જેમ કે અનેક હાથ ધરાવી વ્યક્તિ કે પછી દેવી-દેવતા.. ત્યારની એ પ્રજા લેખિત નોંધ રાખતી ન હતી.

માટે પ્રાચીન દસ્તાવેજોમાં, શીલાલેખ કે તાડપત્રોમાં હજુ સુધી તો ક્યાંય રણની રેખાઓ વિશે નોંધ મળી નથી.બધી રતના દેવી-દેવતાએ બનાવી હશે એવી સર્વસામાન્ય થિયરી અહીં પણ છે. પરંતુ આખી દુનિયા દેવી-દેવતાએ જ બનાવી છે.

એટલે આ લાઈન્સ તેમના નામે ચડાવી દેવામાં વાંધો નથી. પરંતુ એમ કરવાથી રહસ્યનો ઉકેલ આવતો નથી. જાપાની સંશોધકોએ ૧૦૦થી વધુ લાઈન્સનો અભ્યાસ કર્યા પછી ૨૦૧૫માં એવુ કહ્યું કે આ કોઈ એક જ સંસ્કૃતિના લોકોએ બનાવેલી આકૃતિ નથી. ઓછામાં ઓછા બે સમુદાયના લોકોએ અલગ અલગ સમયે રચના કરી હશે.

આકૃતિઓ છે, એ તેમની ઈશ્વર પ્રત્યેની શ્રદ્ધા વ્યક્ત કરવા ધરાયેલું નૈવેદ્ય છે. મેડ ઈન જાપાન સંશોધનમાં પણ બધા સવાલનાજવાબતોમળતાનથી.દક્ષિણ અમેરિકા ખંડનો પુરાતત્ત્વ ઈતિહાસ ભેદ-ભરમનો ખજાનો છે. એ ખજાનાના નવ રત્નોમાં નાઝકા પણ છે. રેખા ગમે તે દર્શાવતી હોય.

પરંતુ એટલુ તો નક્કી છે કે ત્યારની પ્રજા આપણી કલ્પના કરતા વધારે બુદ્ધિશાળી અને સાધન-સજ્જ હતી.

બે-અઢી હજાર વર્ષ પહેલા કઈ રીતે આપણાથી એડવાન્સ હતા, એ આજે એડવાન્સ ટેકનોલોજીના યુગમાં પણ આપને જવાબ મળતો નથી. ક્યારે રેખા ઉકેલાશે અને તેમાંથી સાચું ચિત્ર બહાર આવશેએપણખબરનથી!

સંદર્ભઃ સમયાંતર - લલિત ખંભાયતા

૩
કચ્છનું રણ

રણ દરિયાની સપાટીથી ઉપર ઊઠી રહ્યું છે? રણને સિંધુ નદીનું પાણી ફરી મળતું થયું છે? અને તેને કારણે જ રણમાં ટામેટી, દાદમડી અને કોઠીંમડી ઊગ્યાં છે? કચ્છ ગેઝેટિયરમાં નિર્જન વિસ્તાર ગણાવ્યો છે.

તે વિસ્તારમાં જંગલી સુવર, ચિંકારા અને નીલગાય સહિત કુલ ૨૪ જેટલાં પ્રાણીઓ અને બુલબુલ, કબૂતર, કાગડો, ચકલી, ખેરખટ્ટો, કાળિયો કોશી, લુહાર સહિતનાં કુલ ૪૭ પક્ષીઓ કેમ જોવા મળ્યાં છે,

એવો વિચાર વહેતો થયો છે. શું છે આ વિચાર પાછળનાં તર્ક અને તથ્ય. આવો, જોઈએ...

પ્રકૃતિનું હોવાનું ચિતરે છે. ટેક્ટોનિક પ્લેટની મૂવમેન્ટને કારણે ક્યારેક એ દરિયામાં સમાઈ જાય છે તો ક્યારેક એ મીઠા પાણીનું સરોવર બની જાય છે તો ક્યારેક માનવવસ્તી ધરાવતો 'ભૂ'પ્રદેશ બની જાય છે.

આજે કચ્છનું રણ એટલે નગર પારકર ફોલ્ટ અને કચ્છ મેઇનલેન્ડ ફોલ્ટ દ્વારા બનેલું ૩૦૦ કિલોમીટરની લંબાઈ અને ૮૦-૧૦૦ કિલોમીટરની પહોળાઈ ધરાવતો નિર્જન અને ઉજ્જડ ખારોપાટ.

કચ્છનું રણ એટલે ચોમાસા દરમિયાન પવનથી ઘસડાઈ આવતાં દરિયાઈ મોજાંઓ અને ક્ષેત્રિય નદીઓના પ્રવાહથી ઢંકાયેલું રહેતું વિશ્વનું એક અનન્ય રણ.

કચ્છના રણની ભૂગોળે ફરી પડખું બદલતાં રણ અંગેની આ સર્વસ્વીકૃત વ્યાખ્યામાં બદલાવ આવી રહ્યો છે, ભૂભૌગોલિક ફેરફારોને પગલે કચ્છનું રણ હરિયાળું થયું છે એવું સંશોધકોનું વિચારબીજ રોપાઈ રહ્યું છે.

સંશોધનનાં વિવિધ પાસાંની સમીક્ષા કરતા પહેલાં કચ્છના ઇતિહાસમાં એક ડોકિયું કરી લઈએ.

૧૮૨૬થી ૧૮૬૦ સુધીમાં માંડવીના વેપારી ગોકુલદાસ ખીમજી બાંભડાઈએ કચ્છ ઉપર ઘણું કામ કર્યું અને 'કચ્છ બૃહદ ભૂગોળ' લખ્યું છે. વ્યવસાયે દરિયાના વેપારી પણ મૂળ વનસ્પતિશાસ્ત્ર એમનો અભ્યાસનો વિષય હતો. 'કચ્છ બૃહદ ભૂગોળ'માં બાંભડાઈ લખે

છે કે, 'રણની પાછળથી એક બાજુ ભૂમિ સાથે જોડાયેલો બન્ની વિસ્તાર આકસ્મિક ફેરફારથી કે રણમાં નદીઓના કાંપના ભરાવાના કારણે બનેલો છે.

સિંધુની કોરી શાખાનું મીઠું પાણી રણમાં આવી બંને કિનારામાં અનાજ અને ખાસ કરીને કજી ચોખા (લાલ ચોખા)નો પાક થતો હતો. મક્કા-મદીનામાં વર્ષો સુધી લાલ ચોખા અહીંથી જતા હતા.

હજારેક વર્ષ સુધી કોરી શાખાનું પાણી કચ્છમાં આવતું રહ્યું. રણમાં ગુજરાતની નદીઓ સરસ્વતી, લુણી, રુપેણ, બનાસના પૂર આવવાથી તેની સાથે આવતા પથ્થર અને કાંપના કારણે રણનું સ્તર ઉપર ઊઠતું ગયું.'

ઇતિહાસકાર એલ.એફ. રુશબુક વિલિયમ્સના ૧૯૫૭માં પ્રકાશિત પુસ્તક 'ધ બ્લેકહીલ્સ- કચ્છ ઇન હિસ્ટરી એન્ડ લિજેન્ડ'માં લખાયું છે કે, '૩૨૫ બીસીમાં સિકંદર ભારત આવ્યો હતો ત્યારે કચ્છનું રણ દરિયાનો ભાગ નહોતો.સિંધુ નદીની પૂર્વની સૌથી મહત્ત્વની શાખા રણમાં ઠલવાતી હતી એટલે કચ્છ સિંધનો વિસ્તાર હતો અને મીઠા પાણીનું સરોવર હતું.

અગિયારમી કે બારમી સદીમાં સિંધુ નદીનું પાણી પૂર્વથી પશ્ચિમ તરફ ફંટાયું તેથી મીઠા પાણીનું સરોવર સુકાયું અને ભૂગર્ભીય હલચલને કારણે દરિયાનું ખારું પાણી જમા થયું.અત્યારે પણ એમ ન કહી શકાય કે કચ્છનું રણ રણ તરીકે જ રહેશે. ૧૮૧૯ના મોટા ભૂકંપમાં રણનો પશ્ચિમ ભાગ સુકાતો ગયો અને ૨૦૦ માઈલનો વિસ્તાર બેટ બની ગયો. પૂર્વીય ભાગ ૧૨ ફૂટ કરતા વધારે નીચે ઊતરી ગયો.'

ઐતિહાસિક દસ્તાવેજો મુજબ, ૧૫મી સદીમાં ગુરુ નાનક હોડીમાં બેસીને મક્કા-મદીના ગયા ત્યારે બસ્તા બંદર રોકાયા હતા. પાછા ફરતા તેઓ લખપત રોકાયા હતા. આજે પણ લખપત ગુરુદ્વારા છે.

સિકંદર કચ્છમાં સેવણમાં આવ્યો હતો ત્યારે તે કચ્છ ગોંદવાના વિસ્તાર તરીકે ઓળખવામાં આવતો હતો.

સિદ્ધરાજ જયસિંહ હોડીમાં બેસીને થરાદ (તે વખતનું થિરપુર નગર)-વારાહી બંદરથી નદી માર્ગે સાંસોર ગયેલા તેનું એક ચિત્ર છે.ઇતિહાસકાર લાયેલ(૧૮૫૫) લખે છે કે કચ્છનું રણ ૭૦૦૦ ચોરસ કિલોમીટરનો વિસ્તાર ધરાવતું જમીન પણ ન કહી શકાય અને દરિયો પણ ન ગણી શકાય તેવો હતો.

ઇતિહાસકાર ફ્રિયરે(૧૮૭૦) લખે છે કે કચ્છનું રણ દરિયાનો ભાગ હતો અને તેના કાંઠે નગર હતાં. ઇતિહાસકાર વાયને(૧૮૭૨) કહે છે કે, કચ્છનું મોટું રણ દરિયામાંથી ઉપસેલી જમીન નહીં,

પણ સિંધુના ડેલ્ટાનો જ એક ભાગ હતો. બોમ્બે ગેઝેટિયર કહે છે કે, મોટું રણ ૩૨૫ બીસીમાં મીઠા પાણીનું સરોવર હતું અને તેમાં સિંધુનું પાણી ઠલવાતું હતું.ઇતિહાસકાર વાડિયા(૧૯૨૬) લખે છે કે, મોટું રણ અરબી સમુદ્રનો ભાગ હતો જે હવે નાની નાની અનેક નદીઓના તથા સમુદ્રના કાંપથી બનેલો વિસ્તાર છે.

ઇતિહાસકાર મેરહ(૧૯૮૨) કહે છે કે, મોટું રણ એ દરિયાનો ભાગ હતો અને તેના ફરતે સમૃદ્ધ બંદરો હતાં જ્યાં આજે કાંઈ જ નથી.સંશોધકો ઓલ્દ્યામ(૧૯૮૩), સ્ટેન(૧૯૪૨)ના મત પ્રમાણે, લુપ્ત થયેલી સરસ્વતી નદી પણ હિમાલયમાંથી પાણી અને કાંપ લાવતી હતી એવું માનવામાં આવે છે.

આ નદી નરા-હકરાની પૂર્વથી કચ્છના રણમાં ઠલવાતી હતી. સંશોધક સિવરરાઇટ(૧૮૦૭)ના મત પ્રમાણે, કચ્છના રણમાં કાંપ પાથરવામાં સૌથી મોટું યોગદાન હકરા નદીનું રહ્યું છે.આ બંને નરા અને હકરા નદીઓ અત્યારે સૂકી શાખાઓ છે.

જીઓલોજી ઓફ ઇન્ડિયામાં લખ્યું છે કે, 'ઐતિહાસિક કાળમાં કચ્છ દરિયાઈ ખાડી હતી. તેની ફરતે કેટલાંક શહેરો હતાં. જેમાંનાં કેટલાંક આજે પણ છે.' તેમાં લખ્યું છે કે,અલ્લા બંધ તેની દક્ષિણે આવેલા સિંદરીમાં ડિપ્રેશનને કારણે સર્જાયો હતો. એટલે કે સિંદરી વિસ્તાર નીચો ગયો હતો.

આ થઈ ઐતિહાસિક વાત. હવે વર્તમાનમાં કચ્છના રણમાં ૧૫૦૦ ચોરસ કિલોમીટર વિસ્તારમાં હરિયાળી પથરાતાં રણે ફરી પોતાનું સ્વરૂપ બદલ્યું હોવાનો એક સંશોધનમાં દાવો કરવામાં આવી રહ્યો છે.

આ સંશોધન ગુજરાત યુનિવર્સિટીના ક્લાયમેટ ચેન્જ ડિપાર્ટમેન્ટના પીએચ.ડી.ના વિદ્યાર્થી રોહન ઠક્કર, ગુજરાત યુનિવર્સિટીના બોટની ડિપાર્ટમેન્ટના આસિસ્ટન્ટ પ્રોફેસર હિતેશ સોલંકી અને

ઇસરોના રિટાયર્ડ સાયન્ટિસ્ટ પ્રભુ ઠક્કરએ કર્યું છે.

આજની સ્થિતિ કેવી રીતે કહી શકાય કે કચ્છના રણમાં સેંકડો કિલોમીટરનો વિસ્તાર હરિયાળો બન્યો છે? પ્રભુ ઠક્કર જવાબ આપતા કહે છે કે,'અમે ૨૦૦૦ની સાલથી કચ્છના જુદા જુદા વિસ્તારની રિમોટ સેન્ટિંગ ઇમેજોનું એનાલિસિસ કર્યું અને જોયું તોકચ્છના રણના દક્ષિણ-પૂર્વે ખાવડાથી વિઘોકોટના ૧,૫૦૦ ચોરસ કિલોમીટરના વિસ્તારમાં લીલોતરી છવાઈ ગઈ છે.

આ લીલોતરી કઈ રીતે અહીં આવી એ પ્રશ્નના ઉત્તર માટે અમે વિવિધ પાસાંઓનો અભ્યાસ કર્યો અને અમારું સંશોધન અસ્તિત્વમાં આવ્યું.'સિંધુ નદીએ વહેણ બદલ્યું એટલે જ કચ્છનો મીઠા પાણીનો પ્રદેશ રણમાં તબદીલ થયો હતો અને દરિયાની થપાટોથી ખારોપાટ બની ગયો હતો,

હવે આ સંશોધકો કહે છે કે, સિંધુ નદીના પાણી ફરી કચ્છના રણને મળતા થયા એટલે અહીં હરિયાળીનું સર્જન થઈ રહ્યું છે.શા માટે સિંધુ નદી પોતાનું વહેણ ફરી બદલી રહી છે? આ પ્રશ્નનો જવાબ આપતા રોહન કહે છે કે, 'એ માટે કેટલાક પર્યાવરણીય અને ભૂગભીય ફેરફારો જવાબદાર છે.

આ ફેરફારોને પગલે ૧૮૬૫થી કચ્છના રણનો ઉત્તર-પશ્ચિમ પ્રદેશ દરિયામાંથી બહાર આવી ગયો છે.

તથા છેલ્લા દોઢ દાયકામાં ઝડપી ફેરફારોને પગલે આ રણ પ્રદેશ દરિયાઈ સપાટીથી ૦.૫ થી ૨ મીટર સુધી ઉપર આવ્યો છે.દરિયામાંથી રણ ઉપર આવ્યું અને તેમાં સિંધુએ

પાણી ઠાલવતા રણની ખારાશ ઘટી એટલે વિવિધ વનસ્પતિઓ પણ ઊગવા માંડી અને વિવિધ પશુ-પક્ષીઓ પણ જોવા મળ્યાં.'

આગળ વાત કરતા હિતેશભાઈ કહે છે કે, 'વીઘોકોટ બોર્ડર પર ટામેટી, દાડમડી અને કોઠીંમડી ઊગ્યાં છે.

ગેઝેટિયરમાં નિર્જન વિસ્તાર ગણાવ્યો છેતે રણમાં અમને જંગલી સુવર, ચિંકારા અને નીલગાય સહિત કુલ ૨૪ જેટલાં પ્રાણીઓ અને રોઝી પેલીકન, રણ બુલબુલ, કબૂતર, કાગડો, ચકલી, ખેરખટ્ટો, કાળિયો કોશી, લુહાર, નાની મુરઘાબી સહિતકુલ ૪૭ પ્રકારનાં પક્ષીઓ જોવા મળ્યાં. ઘણા મીઠા પાણીનાં પક્ષીઓ પણ અહીં જોવા મળ્યાં.'સંશોધકોએ રણના અભ્યાસ માટે વીઘોકોટ વિસ્તારમાં જવા માટે વારંવાર આર્મીની પરવાનગી મેળવી હતી. ૧૯૭૧ પછી આ સંશોધક ટુકડી સિવાય કોઈ વનસ્પતિશાસ્ત્રી તથા પક્ષીવિદ્ આ વિસ્તારમાં પહોંચ્યા નથી.હજારો ચોરસ કિલોમીટરની હરિયાળી ફેલાવાના પુરાવા

રણમાં હરિયાળીની પ્રગતિ અંગે વાત કરતા પ્રભુ ઠક્કર કહે છે કે, 'હું ૧૯૭૫થી કચ્છના રણનો અભ્યાસ કરું છું. ૧૯૯૮માં મેં વીઘોકોટની આસપાસ ઘાસ જોયું ત્યારે તે ૧૫ ચોરસ કિલોમીટર જેટલા વિસ્તારમાં જ હતું,

૨૦૦૪માં ઘાસ વીઘોકોટમાં શક્તિબેટ અને કરીમશાહી આસપાસના વિસ્તારમાં પણ જોવા મળ્યું અને છેલ્લે ૨૦૧૦માં રોહન તથા હિતેશભાઈના સ્ટડી વખતે ઘાસ છેક ઇગલબેટ વિસ્તાર સુધી ફેલાઈ ગયેલું જોવા મળ્યું.

૧૯૯૮થી ૨૦૧૦ના સવા દાયકા દરમિયાન ૧૫૦૦ ચોરસ કિલોમીટર કરતાં વધુ વિસ્તારમાં ઘાસ ફેલાઈ ગયું હતું.'નવાં અવલોકનો વિશે વાત કરતાં રોહન આગળ ઉમેરે છે કે, 'નડા બેટ પાસે સરહુડિયા બેટમાં ૨૦૦૩-૦૪માં સરહુડીના ફક્ત ૭ ઝાડ હતાં, અત્યારે ૨૦૩ ઝાડ છે. એ બેટનું નામ જ સાત સરહુડા બેટ કહેવાતું હતું.

અત્યારે ૨૦૩ ઝાડમાં ૩૦ જેટલા ગાંડા બાવળ છે, ખીજડો છે, બોરડી છે અને બાકી સરગવાનાં ઝાડ છે. કચ્છના રણમાં જોવા મળેલી સ્પોરોબોલસ અને યુરોકોન્ડ્રિયા નામની બે વનસ્પતિ આ વિસ્તાર માટે સાવ નવી છે.

નેશનલ રિમોટ સેન્સિંગ સેન્ટર, હૈદરાબાદની તસવીરોને આધારે એવું કહી શકાય કે, દોઢ દાયકા પહેલાં ચોમાસા દરમિયાન કચ્છના મોટા રણનો આખો વિસ્તાર પાણીમાં રહેતો હતો,તે પૈકી આજે ઘણો વિસ્તાર ઉપર આવી ગયો છે.જેમ કે ૨૦૦૧ પહેલાં વીઘોકોટ, કંજરકોટ, લખપત વગેરે વિસ્તાર પાણીમાં રહેતા હતા, જે આજે ચોમાસ દરમિયાન પણ ડૂબમાં નથી જતો.'

કચ્છની ભૂગોળમાં ઝડપી ફેરફારો છેલ્લાં દોઢસો વર્ષમાં થયાં છે અને ૨૦૦૩-૦૪થી એ ફેરફારોની ઝડપ ઘણી વધી ગઈ છે એવું શેના આધારે કહી શકાય? આ પ્રશ્નના જવાબમાં વૈજ્ઞાનિક આધારો આપતા રોહન કહે છે કે,

'કચ્છનું રણ હરિયાળું થવા પાછળ મુખ્ય ૪ કારણો જવાબદાર છે. એક કારણ, ટેક્ટોનિક પ્લેટની મૂવમેન્ટ છે. છેલ્લાં ૧૫૦ વર્ષથી અહીં ભૂગર્ભીય હલચલ મોટાપાયે થઈ રહી છે, ખાસ કરીને ૨૦૦૦ની સાલથી.

૨૦૦૧ના ભૂકંપ દરમિયાન અહીં સરસ્વતીના જૂના પ્રવાહોમાં પાણી નીકળવાના પુરાવા મળ્યા હતા. ઇન્સ્ટિટ્યૂટ ઓફ સિસ્મોલોજિકલ રિસર્ચ મુજબ, રણના નડા, સુઈ ગામના વિસ્તારોમાં રોજ

સાતથી અગિયાર ધરતીકંપ આવે છે.આ ધરતીકંપથી એ વિસ્તારની જમીન ઉપર આવી રહી છે. આ તારણ ફિઝિકલ રિસર્ચ લેબોરેટરીના વૈજ્ઞાનિક નવીન જુવાલ, કચ્છ યુનિવર્સિટીના પ્રોફેસર એમ.જી. ઠક્કર અને

ડો. પ્રભુભાઈ ઠક્કરના એક શોધ નિબંધનું તારણ છે. આજ કારણે કચ્છના રણમાં મુખ્ય ચાર બેટ ચોરાડ, બેલા, ખદિર અને ખાવડા હતા.જેમાં અત્યારે ચોરાડ, બેલા અને ખાવડા કચ્છના મુખ્ય ભૂભાગ સાથે ભેગા થઈ ગયા છે. જમીનની સપાટી ઉપર આવવાનું બીજું કારણ છે, સિંધુના વહેણ સાથે ઘસડાઈ આવતો કાંપ.

રોડ નેટવર્ક બનવાથી આ કાંપ સ્થિર થયો એ ત્રીજું કારણ છે. આજે રોડની દરિયાઈ બાજુએ ખારાપાટના પટ્ટા જ્યારે રોડની મુખ્ય ભૂભાગ તરફની બાજુએ હરિયાળા ધાસના મોટા પેચ જોવા મળે છે.

ચોથું કારણ છે, ૨૦૦૩-૦૪ પછી પાકિસ્તાનમાં આવતા પૂરને કારણે કચ્છને વારંવાર મીઠું પાણી મળ્યું એટલે ખારાશમાં ઘણો ઘટાડો થયો."કેટલાક દાખલા જોઈએ તો, ૨૦૦૩ની ૨૩ જુલાઈથી એક અઠવાડિયા સુધી પાકિસ્તાનમાં ખૂબ વરસાદ પડ્યો અને સિંધુ નદીનું પાણી કચ્છમાં ફરી વળ્યું હતું.

એથીય ભારે વરસાદ ૨૦૧૦માં પાકિસ્તાનમાં પડ્યો હતો. આ વરસાદી પૂરથી પાકિસ્તાનમાં ગામોનાં ગામો ડૂબવા માંડ્યાં અને લોકોએ સિંધુની ડાબી બાજુની પાળો તોડી નાખી.જેના કારણે આ પૂરના પાણી કચ્છના મોટા અને નાના રણમાં ભરાયા. 'ધ ટ્રિબ્યુન' નામના અખબારની પાકિસ્તાની આવૃત્તિમાં છપાયેલા એક અહેવાલ મુજબ,કાલરી સરોવરની બાજુમાં આવેલી અલીવાહન નામની જગ્યાએ પાકિસ્તાન સરકારે સિંધુની ડાબા કાંઠે એક કાપો મૂકવાની દરખાસ્ત કરી છે. જો આમ થયું હોય કે થવાનું હોય તો સિંધુનું પાણી સતત કચ્છના રણને મળે.'

સિંધુએ વહેણ બદલ્યું અને તેના વહેણ કચ્છના રણ તરફ ફંટાયા એનો નક્કર પુરાવો શું છે? આ પ્રશ્નનો જવાબ આપતા સંશોધક ત્રિપુટી કહે છે કે,'સેટેલાઇટ તસ્વીરોના અભ્યાસ દરમિયાન અમારા ધ્યાને એ વાત આવી કે સિંધુ નદીનો પ્રવાહ પાકિસ્તાનના એલબીઓડી અને ડીબીઓડીની શાખાઓ દ્વારા કચ્છ તરફ કુદરતી રીતે તથા કૃત્રિમ રીતે ફંટાયો છે.આ વહેણ વિશે એક વાત એવી પણ છે કે, એલબીઓડી અને ડીબીઓડી યુનાઇટેડ નેશન્સના ખર્ચે થાર રણમાં પાણી નાખવા માટે બંધાયા હતા.

સિંધુનો ડાબો કાંઠો તૂટે તો થાર ડૂબમાં જાય એટલે પાકિસ્તાની સત્તાવાળાઓએ અહીં કાપો મુકીને કચ્છમાં પાણી છોડ્યું.'વધુમાં સિંધુ નદી પર બોમ્બે પ્રેસિડન્સીએ ૧૮૩૫માં બાંધેલો ૮૮ ગેટવાળો બંધ જૂનો થયો છે. તેના કેટલાક દરવાજા માટી ભરાવાથી જામ થઈ ગયા છે અને વારંવાર આવતા ભૂકંપને કારણે બંધમાં તિરાડો પણ પડી છે.એટલે તે બંધનું પાણી ધોરોપુરાણમાં આવવાનું શરૂ થયું છે. જો આ બંધ તૂટે તો સિંધુનું પાણી તેના જૂના

વહેણમાં સીધેસીધું વહેવાનું શરૂ થઈ જાય તેવું બની શકે.'

સિંધુ નદી પર અમીર ખુસરોએ ૧૨૮૫માં લખેલા એક ગીતની પંક્તિ છે, 'સિંદરી દા સેવણ દા અલી શાહબાઝ કલંદર.'આ ગીતમાં કચ્છના સિંદરીથી લઈ પાકિસ્તાનમાં આવેલી વર્લ્ડ હેરિટેજ સાઇટ સેવણ સુધી સિંધુ નદીનું વહેણ બતાવવામાં આવ્યું છે.

સિંધુની હકરા સહિતની મુખ્ય ત્રણ શાખાઓ હતી. ૧૬-૧૭મી સદી સુધી સિંધુની એ શાખાઓ કચ્છના રણમાં પાણી ઠાલવતી અને કચ્છમાં લાલ ચોખાની ખેતી થતી હતી.

આ વિસ્તારની દુર્દશાની શરૂઆત થઈ અઢારમી સદીના પ્રારંભકાળમાં. ૧૭૨૬ની આસપાસ સિંધ પ્રદેશના મીર રાજા ગુલામ શાહ કલોડાએ કચ્છની રાજકુંવરીને પરણવા કચ્છ પર હુમલો કર્યો.

રાજકુંવરી ન મળી અને મળ્યો પરાજય. તેથી ખિજાઈને સિંધના મીરે કચ્છમાં આવતા સિંધના વહેણ પર ઉપરવાસમાં બંધ બાંધી દીધો.

આ વહેણ બંધ થવાથી ચોખાનો પાક લેવાતો બંધ થયો અને કચ્છની જમીનને ઘણું નુકસાન થયું. ૧૬ જૂન, ૧૮૧૯ના રોજ આવેલ ભૂકંપમાં કુદરતી રીતે જ ૮૦ કિલોમીટર લાંબો ઉપરવાસમાં 'અલ્લા જો બંધ' બન્યો

અને સિંદરીનો કિલ્લો સિંદરી ડિપ્રેશન સહિત જમીનમાં ઊતરી ગયો. વધુમાં અંગ્રેજોએ સિંધુ પર ૧૮૩૫માં સુક્કર નામનો એક બંધ બાંધતા સિંધુનું થોડું ઘણું પાણી પણ કચ્છને મળતું હતું તે પણ બંધ થઈ ગયું.

એની સામે ચોમાસા દરમિયાન દરિયાની ભરતી કચ્છના રણમાં આવતા રણ વિસ્તાર આખો મીઠાના થરવાળો ખારોપાટ થતો ગયો. આ કારણે લખપત સહિતનાં જૂનાં બંદરો હતાં તે નાશ થયાં.

રોહનનું કહેવું છે કે, '૧૮૧૯ના ભૂકંપ પહેલાં કચ્છનું રણ દરિયાઈ બંદરોથી ધમધમતો વિસ્તાર હતો. જ્યાંથી મોટા પ્રમાણમાં વસ્તુઓની આયાત-નિકાસ થતી રહેતી હતી. જેનું પ્રમાણ સિંદરીનો કિલ્લો પૂરું પાડે છે.

આ કિલ્લો એક ટેક્સ કલેક્શન સેન્ટર હતું.'

સુક્કર બંધ વિશે વાત કરતાં રોહન કહે છે કે, '૨૦૧૦ની સાલથી આ બંધ ઉપરથી લગભગ ૧૨ થી ૧૪ લાખ ક્યુસેક પાણી પસાર થાય છે. આ સ્થિતિમાં ઉપગ્રહની તસવીરો દર્શાવે છે કે, સુક્કર બેરેજથી શરૂ થતા

ધોરોપુરાણ નામના સિંધુના જૂના પ્રવાહમાં પાણી વહેવાનું શરૂ થઈ ગયું છે જે મોટા રણ સુધી પહોંચે છે.'

યે હરિયાલી ઔર યે રાસ્તા ,પ્રભુભાઈ કહે છે કે, '૧૯૯૭માં હું પહેલી વખત કચ્છના રણમાં ઘણો આગળ ગયો હતો. એ વખતે બીએસએફના જવાનો પણ મારી સાથે પહેલી જ વખત ખાવડા, ખડિરથી આગળ આવ્યા હતા.

૨૦૦૧માં ગાડી લઈને વીધોકોટ સુધી ગયો. વારંવાર રણમાં ગયો. ૨૦૦૧ના ભૂકંપ પછી બીએસએફ અને આર્મીએ નવા રસ્તા બનાવ્યા. જેમજેમ એક્ટિવિટી વધી, રોડ બન્યા, ખાડાઓ ગળાયા

. ખાડાઓમાં મીઠું પાણી ભરાયું. નવી હાઇટેક ચોકીઓ બની. ઉપરથી આવતું પાણી રોકાયું એમ નવું ગ્રાસલેન્ડ ડેવલપ થયું. પાકિસ્તાનમાંથી જે ધાસ અને બી તણાઈને આવ્યાં તે અહીં ઊગ્યાં.

રસ્તા બનાવવા માટેની માટી કચ્છનાં ખેતરોની હતી. એ માટી સાથે આવેલાં બી ઊગ્યાં. કે.કા. શાસ્ત્રીએ પણ લખ્યું છે કે, રોડ બનવાથી કચ્છના રણમાં માટીનો ભરાવો થયો છે.'

આ સંશોધકોના નિષ્કર્ષ અંગે ગીર ફાઉન્ડેશનના ડાયરેક્ટર ભરત પાઠક સાથે વાત કરતા તેઓ તારણ સાથે સંમત થતા કહે છે કે, 'દરિયામાંથી કચ્છના રણની સપાટીનું ઉપર ઊઠવું એ એક

પ્રાકૃતિક ફિનોમીના છે. ટેકટોનિક મૂવમેન્ટ અને સિલ્ટેશનની ઘણા વર્ષોની સૂક્ષ્મ ગતિવિધિઓના કારણે આ ફેરફાર સર્જાયો છે.'

સંશોધક ટુકડી પોતાના સંશોધનને પ્રસ્થાપિત કરવા માટે કચ્છના ગેજેટિયરના આધારો ટાંકે છે.

૧૮૦૮ના ઇમ્પિરિયલ ગેઝેટિયર ઓફ ઇન્ડિયા મુજબ, કચ્છ એક મીઠાનું જાડા થરવાળું રણ છે. જેમાં કોઈ પણ પ્રકારની વનસ્પતિ થતી નથી. આ ગેઝેટિયર કચ્છના રણ વિશે કહે છે કે

'ધેર ઇઝ નો સાઇન ઓફ લાઇફ' (જીવનનું નામોનિશાન નથી),

અને અહીં 'ડિસોલેટ લોનલીનેસ' (નિર્જન એકલતા) છે.

૧૮૭૧ના ગેઝેટિયરમાં પણ લખાયું છે કે, 'એક્સેપ્ટ એ ચાન્સ બર્ડ ઓર હર્ડ ઓફ ધ વાઇલ્ડ એસ ઇન ધ રિજન ઓર એ સ્ટ્રે એન્ટિલોપ ચિંકારા ઓર એન ઓકેશનલ કેમલ કેરેવાન નો સાઇન ઓફ ધ લાઇફ બ્રેક્સ

ધી વીઅરી લોનલીનેસ.' મતલબ કે કદીક જોવા મળતું જંગલી ગધેડાનું ટોળું કે એકલ-દોકલ ચિંકારા કે પક્ષી સિવાય અહીં બિહામણી એકલતા છે તથા જીવનનું કોઈ નામોનિશાન નથી.

ગેઝેટિયરની વિગતો ટાંકતા રોહન ઉમરે છે કે, 'કચ્છના રણની ખારાશ વધવામાં જે તે સમયે દુષ્કાળનો પણ કેટલોક ફાળો હતો.ઇમ્પિરિયલ ગેઝેટિયર ઓફ ઇન્ડિયામાં ઇસવીસન ૧૭૨૬, ૧૭૫૭, ૧૭૬૬, ૧૭૭૪, ૧૭૮૨, ૧૭૮૪ અને ૧૭૯૧માં કપરા દુષ્કાળોનો ઉલ્લેખ છે.

જેમાં ૧૮૧૩ના દુષ્કાળમાં તો લોકોએ ખાવા માટે થઈને કચ્છમાં પોતાનાં બાળકો પણ વેચ્યા હતાં, તેવું આ ગેઝેટિયર લખે છે. છેલ્લે ૧૮૯૯-૧૯૦૦માં આવેલા દુષ્કાળમાં માત્ર ૨ ઇંચ વરસાદ પડ્યો હતો.'

રોહન અને હિતેશભાઈ ઉમેરે છે કે, 'બાયસેગ (ભાસ્કરાચાર્ય ઇન્સ્ટિટ્યૂટ ઓફ સ્પેસ એપ્લિકેશન્સ એન્ડ જિયો-ઇન્ફોર્મેટિક્સ)-ગાંધીનગરની મદદથી અમે કચ્છના મોટા રણમાં ૧૫થી પણ વધારે નદીઓના જૂના પ્રવાહો રેકોર્ડ કર્યા છે. જેમાં બંદી, કોરિયાણી, કોરાવાડી, મિંધજરી, ફોતાવરી, નરા, કુનારી, રાકનદી, કેસદવાળી, ધોરોપુરણ,ચાવડ, બખ્તદ, કાળી,

કફરાસી, કનોજનો સમાવેશ થાય છે.'

હિતેશભાઈ કહે છે કે, '૧૮૧૯ પહેલાં હાલનું કચ્છનું રણ દરિયાનો એક ભાગ હતું. ૧૦૦૦ વર્ષ સુધી એમાં વહાણો ચાલ્યાં છે. બલિયારી, હનુમાન તલાઈ, ઝીંઝુવાડા, બેણપ, સુઈગામ, પાડણ વગેરે બંદરો હતાં.

ધીમે ધીમે એ સુકાવા માંડ્યું. રણપ્રદેશમાંથી ધીમેધીમે પાણી ખસ્યું અને ૧૨૦૦ વર્ષ પહેલાં દરિયામાંથી જમીનની સપાટી ઉપર આવતા એ રણ બન્યું છે. પહેલાં ઝીંઝુવાડા બંદર હતું.

ઝીંઝુવાડાના મંદિર ઉપર આજે પણ દીવાદાંડી છે. આજે ત્યાંથી ૧૫૦ કિલોમીટર દરિયો દૂર ખસી ગયો છે.'

હિતેશભાઈ કહે છે કે, 'અત્યાર સુધી કચ્છમાં પાંચ વખત મોટાપાયે ઊથલપાથલ થઈ છે, રણવાળો પ્રદેશ ઉપર-નીચે થયો છે. છેલ્લે ૧૭૦૦ની સાલમાં ભૂકંપને કારણે કચ્છના રણની જમીન ઊંચકાઈ હતી.'

આ દલીલો કચ્છના રણમાં પરિવર્તન થઈ રહ્યું છે, તેની વ્યાખ્યા બદલાઈ રહી છે, અહીં પ્રકૃતિ પોતાનું રૂપ બદલી રહી છે, એવા વિચારને વેગ આપી રહી છે. હવે પછી પર્યાવરણના બદલાતા પરિપ્રેક્ષ્યમાં

આપણે કચ્છને, તેનાં શહેરોને, તેના વ્યાપાર અને ખેતીને કેવી રીતે વિકસાવીશું તે સંશોધનનો વિષય બની રહેશે, કારણ કે ઇતિહાસ ગવાહ છે કે જેમણે પ્રકૃતિ અને તેના પરિવર્તનની ઉપેક્ષા કરી તેમનો વિકાસ થયો નથી.

વારંવાર આવતી સુનામીઓએ પણ કચ્છના ભૂગોળમાં મોટા ફેરફારો સર્જ્યા છે. કચ્છમાં આવેલા સુનામીના કેટલાક મળતા ઉલ્લેખો પ્રમાણે આજથી ૭૦૦૦-૮૦૦૦ વર્ષ પહેલાં, ઈસુ પૂર્વે ૩૨૫-૩૨૬,ઇસવીસન ૭૯૮, ૮૯૮, ૧૦૦૮, ૧૩૩૩, ૧૪૮૩, ૧૫૨૪, ૧૫૩૪, ૧૬૫૨, ૧૬૬૮, ૧૬૮૮, ૧૭૩૩, ૧૭૬૫, ૧૮૧૯, ૧૮૩૩, ૧૮૪૫, ૧૮૫૧, ૧૮૬૪, ૧૮૬૮ અને ઈસવીસન ૧૯૪૫માં કચ્છના રણમાં સુનામીઓ આવી હતી.કચ્છના મોટા રણની ઉપરની બંને સેટેલાઇટ તસવીરની તારીખ એક જ છે, પણ બંને વચ્ચે સાત વર્ષનો તફાવત છે. મુખ્ય ત્રણ તફાવતની વાત કરીએ તો, ૨૦૦૭ની તસવીરમાં ૧ નંબરનું વર્તુળ આપ્યું છે,

ત્યાં સમુદ્રી પાણીનું જળાશય છે. જે ૨૦૧૪ની તસવીરમાં ગાયબ છે. ૨૦૦૭ની તસવીરમાં ૨ નંબરના વર્તુળમાં ઘેરા વાદળી રંગનું પાણી ઊંડું પાણી દર્શાવે છે, જે ૨૦૧૪ની તસવીરમાં ઊંડા પાણીનો ઘેરાવો

ઓછો થતો જણાય છે. ત્રીજા તફાવતની વાત કરીએ તો ૨૦૦૭ની તસવીર ૩ નંબરના વર્તુળમાં પાણીનો જે વિસ્તાર દેખાય છે તે ૨૦૧૪ની તસવીરમાં પૂરેપૂરો જમીનમાં ફેરવાઈ ગયેલો દેખાય છે.

આ ફેરફાર એ સૂચવે છે કે, સમય જતા દરિયાનો વિસ્તાર ઓછો થતો ગયો છે અને જમીનનો વિસ્તાર વધતો ગયો છે. તેમજ જૂના જમીની વિસ્તારમાં વનસ્પતિ વિસ્તાર વધી રહ્યો છે.

એ વાર્તા નથી, દસ્તાવેજ છે...કચ્છના મોટા રણમાં વરુડી માનું મંદિર છે. ૧૨૦૦ની આસપાસ રાનવઘણના સમયમાં કહેવાય છે કે, આ વરુડી મા કાળી ચકલીનું રૂપ લઈને નવઘણના ભાલે બેઠી હતી અને તે દરિયો પી ગઈ. નવઘણની અને વરુડીની વાર્તા તે કાળના ક્લાયમેટ ચેંજનો દસ્તાવેજ છે. એ કાળે ઘટનાઓના દસ્તાવેજીકરણ માટે વાર્તાના સ્વરૂપનો આશરો લેવામાં આવતો હતો. જેથી તે લાંબા કાળ સુધી લોકમુખે રહે.

૭૧૨ છઠ્ઠમાં કચ્છના મોટા રણને દરિયાનો ભાગ અને કચ્છને ટાપુ તરીકે બતાવાયો છે.

૧૮૧૨ના કચ્છના નકશામાં ફક્ત ચાર બેટ પચ્છમ, બેલા, ખડીર અને ખાવડા દર્શાવવામાં આવ્યા છે. બાકીનું રણ દરિયાનો ભાગ હતું.આજે રણનો વિસ્તાર જે પાણીમાં રહેતો હતો તેમાં નવા બે ડઝન જેટલ બેટ ઉમેરાયા છે અને કાયમ પાણીમાં રહેતા ભાગની જમીન ઉપસીને બહાર આવી છે.

જે જગ્યા વિશે 'નો સાઇન ઓફ લાઇફ' લખાયું છે તે કચ્છના રણમાં સંશોધનમાં કરાયેલા દાવા મુજબ, આજે નિલશીર, ખેરખટ્ટો, સફેદ ઢોંક, કશ્મીરી ચાશ, કાલિયો કોશી,નાની મુરઘાબી અને માનવ વસાહતોની નજીક મળતાં પક્ષીઓમાં કાગડો, ચકલી, કબૂતર અને બુલબુલ સહિતના ૪૭ જેટલાં પક્ષીઓની નોંધ કરી છે.

સરિસૃપ અને અન્ય પ્રાણીઓની વાત કરીએ તો મથુ, પરણ, નાગ જેવા સરિસૃપ સાથે રીંછ, જંગલી ઊંટ, નીલગાય, શાહુડી, જંગલી સુવર અને વરુ જેવાં ૨૩ પ્રાણીઓની નોંધણી કરી છે.આ સિવાય વનસ્પતિમાં કુલ ૬૧ વનસ્પતિની નોંધ કરવામાં આવી છે. આમ જોવા જઈએ તો ખરેખરકચ્છ નુ રણ પોતનુ સ્વરૂપ બદ્દિલ રહ્યુ છે તેમા કોઇ બેમત નથિ.

4
નરસિંહ મહેતાના પદોમાં

"અખિલ બ્રહ્માંડમાં એક તું શ્રી હરિ, જૂજવે રૂપે અનંત ભાસે, દેહમાં દેવ તું, તત્ત્વમાં તેજ તું, શૂન્યમાં શબ્દ થઈ વેદ વાસે. પવન તું, પાણી તું, ભૂમિ તું, ભૂધરા, વૃક્ષ થઈ ફૂલી રહ્યો આકારો, વિવિધ રચના કરી, અનેક રસ લેવાને શિવ થકી જીવ થયો એ જ આશે, વેદ તો એમ વદે, શ્રુતિ-સ્મૃતિ શાખ દે, કનક-કુંડળ વિશે ભેદ ન્હોયે, ઘાટ ઘડિયા પછી નામ, રૂપ જૂજવાં, અંતે તો હેમનું હેમ હોયે. ગ્રંથ ગરબડ કરી, વાત નવ કરી ખરી, જેહને જે ગમે તેને પૂજે, મન-વચન-કર્મથી આપ માની લહે, સત્ય એ જ મન એમ સૂઝે. વૃક્ષમાં બીજ તું, બીજમાં વૃક્ષ તું, જોઉં પટંતરો એ જ પાસે, ભણે નરસૈયો એ મન તણી શોધના, પ્રીત કરું પ્રેમથી પ્રકટ થાશે."

"જાગીને જોઉં તો જગત દીસે નહીં, ઊંઘમાં અટપટા ભોગ ભાસે, ચિત્ત ચૈતન્ય વિલાસ તદ્રૂપ છે, બ્રહ્મ લટકાં કરે બ્રહ્મ પાસે. પંચમહાભૂત પરિબ્રહ્મથી ઉપજ્યા, અરસ પરસ રહ્યા તેને વળગી, ફૂલ ને ફળ તે તો વૃક્ષના જાણવા, થડ થકી ડાળ નવ હોય અળગી. વેદ તો એમ વદે, શ્રુતિ-સ્મૃતિ શાખ દે, કનકકુંડળ વિશે ભેદ ન્હોયે, ઘાટ ઘડિયા પછી નામ રૂપ જૂજવાં, અંતે તો હેમનું હેમ હોયે જીવ ને શિવ તે આપ ઇચ્છાએ થયો, ચૌદ લોક રચી જેણે ભેદ કીધા, ભણે નરસૈયો 'એ તે જ તું, એ તે જ તું,' એને સમયોથી કંઈ સંત સીધ્યા."

ગુજરાતી ભાષાના આદિ કવિ સુવિખ્યાત સંતભક્ત નરસિંહ મહેતાના પદોમાં વેદ-ઉપનિષદોનું તત્ત્વજ્ઞાન સરળ શબ્દોમાં સુરમ્ય રીતે આલેખાયેલું છે. એમના જ્ઞાનાત્મક પદોમાં અદ્વૈતવાદના સિદ્ધાંતો ખૂબ રસપ્રદ રીતે પ્રકટ થયા છે. એમાં અખિલ બ્રહ્માંડમાં વ્યાપ્ત પરમ તત્ત્વની સ્થાપના છે. આ સૃષ્ટિના પદાર્થી એનાં જ જુદા જુદા રૂપો છે.

એ નામ અને રૂપથી ભિન્ન દેખાય છે પણ વાસ્તવમાં એવું નથી. જેમ સુવર્ણના બનાવેલા આભૂષણોના આકારો અને નામો અલગ અલગ હોય છે પણ એ બધામાં સુવર્ણ તો એક સમાન જ હોય છે. જે સુવર્ણને સોનાના હારનો આકાર આપવામાં આવે છે એને તોડીને કુંડળ બનાવવામાં આવે તો એના નામ અને આકાર બદલાઈ જાય છે પણ એનું સોના તરીકેનું 'હોવાપણું' બદલાતું નથી. એમની વચ્ચે કોઈ તાત્ત્વિક ભેદ પ્રકટ થતો નથી.

નરસિંહ મહેતા કહે છે કે એ પરમ તત્ત્વ ઈન્દ્રિયાતીત અનુભૂતિનો વિષય છે. એ એક એવો દીપક છે જે વાટ અને તેલ વિના પણ પ્રકાશે છે. એને નેત્ર વિના જ નીરખવાનો છે અને રૂપ વિના જ પરખવાનો છે. આ બ્રહ્મ ચૈતન્ય અવિકારી જ છે. એ જેવું છે તેવું જ રહે છે. એ વધતું નથી કે ઘટતું નથી, ભરાતું નથી કે ખાલી થતું નથી, ક્યાંયથી આવતું નથી કે ક્યાંય જતું નથી !

આ જગત એક ભ્રમણા છે. સ્વપ્નવત્ અનુભવ છે. ચિત્ત અને ચૈતન્ય વસ્તુતઃ જુદા નથી. જીવ-શિવની રમણા એ તો 'બ્રહ્મ લટકા કરે બ્રહ્મ પાસે' એના જેવી જ વાત છે એમ પણ એ કહે છે.

જીવ પોતાના જ ખેલમાં ભૂલો પડે છે અને અસત્ સ્વરૂપ જીવપણાને વળગે છે. જીવપણું જ્ઞાન થકી સમજાઈ જતાં અજ્ઞાનથી ઉદ્ભવેલ આવરણ દૂર થઈ જાય છે.એના દ્વન્દ્વાત્મક અનુભવો દૂર થઈ જાય છે અને મૂળ આત્મતત્ત્વ અસલ સ્વરૂપ વિલસી રહે છે. એટલે જ તે કહે

''મેં નિરાકારમાં તેહનું મન ગળે, દ્વૈત સંસારની ભ્રાંતિ ભાંગે, દાસ નરસૈયો ચરણ તેને નમે, જ્ઞાન વૈરાગ્યની જ્યોત જાગે.'' જાગૃતિ, સ્વપ્ન, સુષુપ્તિ, તુરીયા, ઉન્નનીએ તાળી લાગી રે, ત્રિગુણરહિત થયું મન મારું, મનની ભ્રમણા ત્યાં ભાગી રે. જ્યાં જ્યાં દ્રષ્ટિ પડે, મારી સજની ! મુક્તિ તણાં સર્વે મોતી રે. એમના પદોમાં જીવ અને બ્રહ્મ વચ્ચેની એકતા સુંદર ઉદાહરણોથી નિરૂપિત થઈ છે. આ પદોમાં જગતનું મિથ્યાપણું, ચિત્ત અને ચૈતન્યની એકરૂપતા અને સગુણ -

નિર્ગુણથી પર એવી અનિર્વચનીય સ્થિતિનું પ્રકટ થવું એ વેદાંતના વિચારો ખૂબ સરસ રીતે પ્રકટ થયા છે. 'હું ખરે, તું ખરો, હું વિના તું નહીં, હું રે હઈશ તાંહા લગી તું રે હઈશ.' એ પંક્તિ જીવ અને શિવ વચ્ચે અભેદ છે એ બાબત સુંદર રીતે પ્રતિપાદિત કરે છે.ઐતરેય ઉપનિષદ દર્શાવે છે - આત્મા વા ઈદમેક એકાગ્ર આસીત્ । નાન્યત્ કિંચન મિષત્ । સ ઈક્ષત લોકાન્નુસૃજા ઇતિ ॥ આ નામ - રૂપાત્મક જગતના આવિર્ભાવ પહેલાં અદ્વૈત રૂપ એક આત્મા જ હતો. તે કંઈપણ ક્રિયાવાળો નહોતો.

તેણે વિચાર કર્યો કે લોકોની રચના કરું. જેમ ફીણની નામ-રૂપાત્મક અભિવ્યક્તિ પહેલાં જળ જ હતું, પણ પછી અભિવ્યક્તિ થવાથી 'જળ' અને 'ફીણ' જુદા જુદા નામથી અલગ કહેવાવા માંડે છે એમ બધા સ્વરૂપોનું પણ સમજવું.'

યુનિવર્સિટી ઓફ લંડનની બીર્કબેક કોલેજના ભૂતપૂર્વ પ્રાધ્યાપક અને મહાન ક્વોન્ટમ ભૌતિક વિજ્ઞાની ડેવિડ બોહમ એમના 'હોલનેસ એન્ડ ઈમ્પ્લિકેટ ઓર્ડર નામના પુસ્તકમાં દર્શાવે છે કે વિશ્વના આકાશ-સમય-પદાર્થ - ઊર્જા બધું જ એક 'વૈશ્વિક-ઐક્ય'થી જોડાયેલું છે. આપણે કેવળ ઈન્દ્રિયજન્ય આભાસને કારણે એ બધાને જુદા જુદા આકારે અને નામ પ્રકારે જોઈએ છીએ. પ્રકૃતિની આ મૂળ સ્થિતિ, સર્વ ઐક્યને અવ્યક્ત કે નિરોહિત જગત કહેવાય છે.'

વ્યક્ત કે આવિર્ભૂત જગત કહેવાય છે જેમાં વસ્તુઓ પ્રત્યક્ષ થાય છે. પદાર્થના દરેક રૂપ ઊર્જાના સંરચનાત્મક વ્યતિકરણથી ઊભા થયેલા આવિર્ભૂત રૂપો છે. ઊર્જાનું આ

આવિર્ભૂત રૂપ કોના આધારે ચાલી રહ્યું છે તે શબ્દોથી સમજવું સંભવિત નથી.

તે જે છે તે શબ્દ - સ્વરૂપ - ખ્યાલ- સ્થળ અને સમયથી પર છે. આ જગતમાં જે છે તે તે જ છે.એવું કંઈ નથી જે તે ન હોય! તે જે છે એનો જ આપણે એક ભાગ કે અંશ છીએ. વાસ્તવિક રીતે તો આપણે તે જ છીએ ! ઉપનિષદ કહે છે - 'તત્ત્વમસિ - તું તે જ છે !' નરસિંહ મહેતા કહે છે - 'એ તે જ તું, એ તે જ તું, એને સ્મર્યાથી કંઈ સંત સીધ્યા.'

જગતના જુદા જુદા દેખાતા ઘટકો, પદાર્થના દેખાતા રૂપો ભ્રાંતિ માત્ર છે. ચારે બાજુ અને ઉપર-નીચે બધે દર્પણો જડેલા હોય એવા ઓરડામાં ઊભા રહી આપણે આગળ-પાછળના દર્પણમાં નીરખીએ તો આપણને આપણા અગણિત, અનંત પ્રતિબિંબો જોવા મળે છે.આ બધા પ્રતિબિંબો તે જ 'એક' છે તેના જેવા હોવાના 'આભાસો' છે.

ક્વૉન્ટમ ફિઝિક્સ પણ આવું જ કહે છે. 'આપણને જગતમાં જોવા મળતાં પદાથી આવા આભાસી પ્રતિબિંબો જ છે.' ડેવિડ બોહમની ક્વૉન્ટમ થિયરી પ્રમાણે બ્રહ્માંડ અખંડિત છે અને આવિર્ભૂત કે તિરોહિત ક્રમની અવસ્થામાં પણ 'સમગ્ર' સાથે સુસંકલિત અને સુગ્રંથિત રહે છે. દરેક વસ્તુ બાકીની દરેક વસ્તુનું જ્ઞાન આપે છે.

'બિંબ'માંથી જ ઉદ્ભવે છે દરેક પ્રતિબિંબ ! દરેક પ્રતિબિંબ પાછા બિંબને મળી જાય છે. વાસ્તવમાં બિંબ-પ્રતિબિંબ વચ્ચે કોઈ ભેદ છે જ નહીં. ભેદ ભાસે છે તે કેવળ મન અને બુદ્ધિનો જ ભ્રમ છે.આખા બ્રહ્માંડમાં એક માત્ર એ પરમ તત્ત્વની જ સત્તા પ્રવર્તે છે. એક માત્ર એ જ છે. એના સિવાય બીજું કંઈ નથી.

'સર્વં ખલ્વિદં બ્રહ્મ', 'નેહ નાનાસ્તિ કિંચન', 'તત્ત્વમસિ' જેવા ઉપનિષદ સૂત્રો આ જ સત્ય ઉચ્ચારે છે. એ જ નરસિંહ મહેતાની અદ્વૈત વેદાંતવાદી કાવ્ય પંક્તિઓમાં પ્રતિબિંબિત થાય છે. 'નીરખને ગગનમાં કોણ ઘૂમી રહ્યો ? તે જ હું, તે જ હું, શબ્દ બોલે.' એ પદમાં ઇન્દ્રિયાતીત વ્યાપક વિભુતત્ત્વનું વર્ણન જોવા મળે છે.

૧૯૩૨નું ભૌતિક વિજ્ઞાનનું નોબલ પ્રાઈઝ જેમને એનાયત કરાયું હતું તે જર્મન ભૌતિક વિજ્ઞાની વર્નર હાઈઝેનબર્ગે પણ એમના પુસ્તક 'ફિઝિક્સ એન્ડ ફિલોસોફી'માં વેદાંત વિચારધારાના સિદ્ધાંતોનું સમર્થન કર્યું છે.

૧૯૩૩નું ભૌતિક વિજ્ઞાનનું નોબલ પ્રાઇઝ જેમને આપવામાં આવ્યું હતું તે ઓસ્ટ્રિયન ભૌતિક વિજ્ઞાની ઈરવિન શ્રોડિન્જરે પણ 'માય વ્યૂ ઓફ ધ વર્લ્ડ' જેવા અનેક પુસ્તકોમાં ભારતીય વૈદિક તત્ત્વચિંતનના સિદ્ધાંતોનું અનુમોદન કર્યું છે. વેદ-ઉપનિષદોનું આ મહાન જ્ઞાન જેનું અત્યારે ભૌતિક વિજ્ઞાન પ્રસારણ કરે છે એનો સાર નરસિંહ મહેતાના પદોમાં અભિવ્યક્ત થયો છે.

સંદર્ભ: અગોચર વિશ્વ - દેવેશ મહેતા

5
સંગ્રહસ્થાન દ'ઓરસે

કલાકારો અને કલારસિકોને આવકારતું સંગ્રહસ્થાન દ'ઓરસે સ્વયંમ એક કલાકૃતિ સમ ભાસે. અંદર પ્રવેશતાં પહેલાં બહારના ચોકમાં બ્રોન્ઝનાં છ શિલ્પોની એક કતાર નજરે ચડે.

જેની દ્રષ્ટિમાં કલાનાં આંજણ આંજેલાં હોય તેને એની આછી-ઘેરી કાળાશ પણ આકર્ષે. ભિન્ન ભિન્ન રૂપકોને રજૂ કરતાં આ શિલ્પો અંદર પ્રવેશવાની પ્રેરણા અચૂક આપે.

બાકી, સિન નદીને કિનારે સંગ્રહાલયના બહારના ફૂટપાથ પર લટાર મારી અઢારમી સદીની એ ઇમારતની પ્રદક્ષિણા કરવાનું પણ મન થઈ આવે તો નવાઈ નહિ. એક તરફ થોડે છેટે આઈફિલ ટાવર,

બીજી બાજુ લુવ્ર મ્યૂઝિયમ અને સ્હેજમાં જ મળી જાય તેવા રાષ્ટ્રીય સંગ્રહસ્થાનના સાન્નિધ્યમાં દ'ઓરસેના ઓપનો આવતો નિખાર ખરેખર સુંદર છે.

દૂરથી, નજીકથી અને એકદમ નજીકથી એની છટા અનોખી લાગે અને અંદરથી...અધધ કલાકૃતિઓના મેળાનો રંગ લાગ્યા વિના રહે જ નહિ.

હા, નકશા ઉપરાંત ઓડિયો ગાઇડ જેવા ગેજેટ સાથે અંદર ફરીએ તો કૃતિ સ્વયંમ બોલતી લાગે.સંગ્રહસ્થાનની અંદર ગેલેરીમાં સાદાઈપૂર્વકની ગોઠવણી ધ્યાનાકર્ષક છે.

કુલ પાંચ સ્તરમાં પ્રદર્શિત આંતરરાષ્ટ્રીય કલાકારોની કૃતિઓને માણવા માટે જોઈતી શાંતિ અને શિસ્ત અહીં મળી રહે. પાંચ લેવલમાં ભલે વિભાગવાર કલાકારોને અહીં સ્થાન મળ્યું હોય.

આપણે તો જે કલા ગમી એને વારાફરતી નીરખીએ અને મર્કટ મન ઘડીક અહીં ને ઘડીક તહીં પહોંચી જાય તો મન પર લીધા વિના કેટલાક કલાકારોને મળીએ. જે કલાકારો યુગપ્રવર્તક તરીકે પંકાયા તેમની પ્રખ્યાત કૃતિઓના વિશ્વમાં પ્રવેશ કરીએ તો !

યુજિન કેરેરેનાં ચિત્રો ''ધ પેઇન્ટિંગ ફેમીલી,'' ''ધ સિક ચાઇલ્ડ'' અને ''ઇન્ટિમસી''ને ખાસ્સું મહત્ત્વ મળ્યું. જેના પેઇન્ટિંગમાં ચિત્રકામ કરતા કુટુંબનું મહિમાગાન છે. ગુસ્તાપ કોર્બેના ''ધ આર્ટિસ્ટ સ્ટુડિયો''માં ઝાંખા-આછા-ઘેરા રંગોનું મિશ્રણ જોવા મળે.

''ધ બરિયલ'' જોયા પછી ''યંગમેન'' ઊંઘતો ઝડપાય. જિન મિલેટના ''ધ સ્પ્રિંગ સાથે જિન કેમિલિ કોરોના ''અ મોર્નિંગ'' અને પૌરાણિક દેવતાઓના નૃત્યવાળાં ચિત્રોમાં

કુદરતના રંગ સાથે શ્રદ્ધાના રંગો ભળી જતા દેખાય.

યુજિન બૉડિનનો દરિયાકિનારો કેમિલિ પિસારોના વ્હાઈટ ફ્રૉસ્ટ સાથે મેળ ખાતો અનુભવાય. એડવર્ડ માનેનાં ચિત્રો ''ધ ઑલમ્પિયા'', ''ધ બાલ્કની'' અને ''ઘાસ પર બેસી પાર્ટી કરતી સ્ત્રીઓ''માં ભાવ ચમત્કૃતિ દેખાય.

અહીં પ્રદર્શિત ચિત્રો એવા સમયની છડી પોકારે છે જે સમયે રંગોનાં ''બૉલ્ડ સ્ટ્રોક'' મહત્ત્વનાં હતાં. એડગર દેગાસના ''ધ પરેડ'' અને ''બુકે ઑફ વાયોલેટ્સ'' ઉપરાંત ''એટ ધ સ્ટોક એક્સચેન્જ'' તથા સમૂહવાદન કરતા કલાકારોના ચિત્રો ખાસ્સી ખ્યાતિ પામ્યાં.

વાયોલિન, ગિટાર અને અન્ય વાદ્યો સૂરીલા થવાનો સંદેશ આપે. પૉલ સેઝાનેના એપલ અને ઓરેજીન્સ સફેદ ટેબલ કલોથ ઉપર ભારે ચમકતા રંગોમાં રાજ કરે.

ક્લૉડ મોનેના ''હાર્મની ઈન બ્લ્યૂ'' તથા પ્રખ્યાત ''બ્લ્યૂ વૉટર સિલીઝ''ની ઠંડક આખા ખંડમાં ન ફેલાય તો જ નવાઈ આલ્ફ્રેડ સિસલીના ઘેરા ભૂરા રંગના પાણીમાં પડતા લાઈટના શેડ બોલકા લાગે અને આકાશ-ધરાના મિલનની સાક્ષી પૂરતી ક્ષિતિજ સોહામણી જ હોય ! હા, હવે આવે છે ધ ગ્રેટ વિન્સેન્ટ વૉ ગૉગ.

તેમના સેલ્ફ પોટ્રેઈટમાં છવાયેલ વાદળી રંગ તો જુઓ. આછો વાદળી રંગ પશ્ચાદ્ભૂમાં અને કોટ પણ વાદળી. ઉત્સુક આંખોની નીચે નાસિકાને અડતી ફેન્ચ કટ દાઢી. પોતાના ચહેરા પર ઝીણી રેખાઓ રસળતી કરી એમણે કમાલ કરી છે.

પૉલ ગૉગિનના ચિત્ર તાહિશિયન વિમેન ઑન બિચમાં વિચારોમાં સરી પડેલી, માથામાં ફૂલ પરોવી બેઠેલી સ્ત્રીઓ ચૂપચાપ (!) હોય એવું નથી લાગતું ?

અઢળક સમૃદ્ધિ જેવી કલાકૃતિઓ વચ્ચે દ'ઓરસેમાં લાકડાની આર્ટ પણ છે. પૉલ ગૉગિનની ''ઊભી સ્ત્રી,'' જ્યૉર્જ લોકોમ્બેની લાકડાની લંબગોળ ફ્રેમમાં મનુષ્યાકૃતિ પ્રસિદ્ધ છે. બાકી, અહીં ઇમ્પ્રેશનિસ્ટ કલાકારોની કૃતિઓનું વર્ચસ્વ ખરું.

એડગર દેગાસનું રિયાલિસ્ટિક શિલ્પ બેલે ડાન્સરનું છે, જેને સાચાં કપડાં અને સાચા વાળ તથા રિબીનથી શોભાવ્યું છે.

જ્યૉર્જ સુરે ના 'સર્કસ'માં રિંગમાસ્ટરના મોં પરનું ટેન્શન બોલે છે. ભૌમિતિક રેખાઓવાળું આ ચિત્ર દ'ઓરસેની શોભા છે.ઓગસ્ટ રેનોનું ડાન્સ ગાર્ડન અને ક્લૉડ મોનેની ધજાપતાકાવાળી ગલી પ્રભાવવાદની અસર ઝીલે છે જેના ઘેરા જાડા રંગો ઉપર ત્વરિત નાના લસરકા ગતિશીલતા સૂચવે છે.

વાન ગૉગની સ્ટેરી નાઈટ અને ફ્રૉંસિસ પોમ્પોનના પોલાર બેર અહીં વધુ જોવાયા છે. રીંછે રૉસિસને ઓળખ અપાવી. પ્રાણીની ખાસિયતો ઉપર એ ઓળઘોળ હતો. પ્રાણીનાં જાડા છતાં મૂંગા પંજાને તે ચાહતો. કલાકારનો આત્મા ત્યારે જ રાજી થાય જ્યારે એ પોતાની કૃતિમાં એકરસ થઈ જાય.

આ તો ભાઈ દ' ઓરસેને ઓળખવા માટેની આરસી માત્ર. ભોંયતળિયે જાણે કે અનુક્રમણિકા હોય તેમ કલાકારોને ફાળવાયેલ ઓરડાઓની યાદી મળે અને આમ સર્જકોને મળે મોંઘેરો ન્યાય !

કલા-કસબનો જાદુ રેલવે પ્લેટફ઼ોર્મ જેવી સામાન્ય જગ્યાને પણ રસમય બનાવી શકે તેવો ખ્યાલ અહીં આવેલાને જ આવે.

રોમન આંકડાવાળી વિશાળકાય મોટા શ્વેત ડાયલવાળી સોનેરી છાંટે રંગેલી સધ્ધર સમયની સાક્ષી પૂરતી ઘડિયાળ આજની તારીખે પણ ચાલે છે !

રાત્રિગણે સુંદર લાઈટિંગથી ઓપતું આ મ્યૂઝિયમ નદીમાં પોતાનું પ્રતિબિંબ નીરખી રાજી- રાજી જ થઈ જાય ને ! કલાકારો, આવો. સ્વાગત છે.'

સંદભઁ: રસવલ્લરી - સુધા ભટ્ટ

6

યુરોપનો 'રેનેસાં યુગ'

રામસિંહ અને તેનાં કચ્છી સહકર્મીઓએ ભુજમાં આયના મહેલ બાંધ્યો જે હવે તો તદ્દન ખંડિયેર હાલતમાં જ છે.પણ આજથી ૫૦ વર્ષ પહેલાં તે જોવા દેશ વિદેશથી પર્યટકો ઉમટતાંહતા.

હોલેન્ડમાં વર્ષો ગાળીને રામસિંહ પોતાનાં માદરે વતન કચ્છમાં ગયો. તે સમયે કચ્છનાં મહારાજા લખપતસિંહજી (૧૭૪૨-૧૭૬૨) હતા. તેમણે રામસિંહની શક્તિઓની કદર કરીને તેને નવા ઉદ્યોગો સ્થાપવાનું આમંત્રણ આપ્યું.

માંડવી બંદર પાસે કાચનું કારખાનું, ઘડિયાળો બનાવવાનું કારખાનું, ફેરસ લોખંડ ગાળવા માટેની ફાઉન્ડ્રી અને તોપોનું કારખાનું રામસિંહે શરૂ કર્યા અને તેની સાથો સાથ સોના-ચાંદી પર મિનાકારીની ટેકનોલોજિનો વ્યાપક ઉપયોગ કરવા માટે ભુજમાં તેણે ટેકનોલોજિ ઇન્સ્ટીટ્યુટ હુન્નર શાળા ૧૭૫૮માં, એટલે કે આજથી બરાબર ૨૫૦ વર્ષ પહેલાં સ્થાપી.

આપણે ગુજરાતીઓ માટે સૌથી ગૌરવપ્રદ વાત એ છે કે સમગ્ર ભારતવર્ષનું આ સૌ પ્રથમ ટેકનોલોજિકલ ઇન્સ્ટિટ્યુટ હતું. ત્યાર બાદ વડોદરાનાં મહારાજા સયાજીરાવ ગાયકવાડ અને સુપ્રસિદ્ધ વૈજ્ઞાનિક પ્રોફેસર ટી.કે. ગજ્જરનાં સંયુક્ત પ્રયાસોમાંથી ૧૮૯૦માં વડોદરા નગરમાં ટેકનોલોજિકલ ઇન્સ્ટિટ્યૂટ (કલા ભવન) શરૂ થયું હતું અને અહીં મુવી કેમેરા શીખ્યા બાદ ફિલ્મ ઉદ્યોગનાં બેતાજ બાદશાહ દાદાસાહેબ ફાળકેએ ૧૯૧૩માં મુંબઈમાં ફિલ્મ ઉદ્યોગની શરૂઆત કરી હતી.

હોંશિયાર અને મહેનતુ માણસોને જ્યારે રાજ્યાશ્રય અથવા તો ધનિકોનાં દાનો દ્વારા ટેકો મળે છે ત્યારે દેશને કેવા મોટા લાભ થાય છે તેની આ વાત છે. રામસિંહ માલમે કચ્છમાં સંખ્યાબંધ કારીગરોને યુરોપની ટેકનોલોજિ શીખવી.

મહારાજા લખપતજી વળી કવિ પણ હતા. તેઓ કવિઓનાં આશ્રયદાતા હતા. તેમણે રામસિંહ માલમની સહાયથી ભુજમાં વ્રજ ભાષાની કવિતાની પાઠશાળાનું મકાન બંધાવ્યું. આપણા મહાન કવિ અને સમાજ સુધારક દલપતરામ તેમની યુવાનીમાં રામસિંહે બાંધેલી અને લખપતજીએ વિકસાવેલી આ કાવ્યશાળામાં પિંગળશાસ્ત્ર શીખ્યા હતા.

રામસિંહ માલમ દ્વારા કચ્છમાં થયેલાં આર્થિક વિકાસનાં અભૂતપૂર્વ નવાચારી કામો જોઇને લખપત સિંહ એવા તો ખુશ થયા કે એમણે રામસિંહ ઉપરાંત તેણે સ્થાપેલા વર્કશોપમાં કામ કરતા ચૂનંદા કારીગરોને હોલેન્ડ ઉપરાંત લંડન, પેરિસ, વિયેના અને ન્યૂરેમ્બગમાં મોકલ્યા.

પેરિસમાં લુવ્રે મ્યુઝિયમ અને લૂઈ ૧૪માનો મહેલ જોઈને આ કચ્છીઓ આશ્ચર્યચકીત થઈ ગયા. મહેલની બાંધણી, મહેલમાં સચવાયેલાં ભીંત ચિત્રો, સ્ટેન્ડ ઉપર ગોઠવેલી રંગબેરંગી મીણબત્તીઓ અને ઝુમ્મરો, રાચરચીલું અને શિલ્પ તથા સ્થાપત્યનો તેમણે અભ્યાસ કર્યો. ત્યાંથી લંડન ગયા.

લંડનનો મશહૂર કલોક ટાવર જોયો અને માન્ચેસ્ટર અને લેંકેશાયરમાં નવી શરૂ થયેલી ટેક્સ્ટાઇલ મીલો જોઈ. ત્યાંથી જર્મની ગયા અને યંત્રથી ચાલતા રમકડાં કેમ બનાવવા તે શીખ્યા. ત્યાંથી ફરીથી એમ્સ્ટેર્ડમ (હોલેન્ડનું બંદરીય નગર અને પાટનગર) ગયા અને ત્યાં ગ્લાસ ફેક્ટરી જોઈ.

રામસિંહ માલમ અને કચ્છી યંત્રવીદોને અંગ્રેજી, ડચ, ફ્રેન્ચ કે જર્મન ભાષા આવડતી નહોતી. પણ 'મન હોય તો માળવે જવાય' એ કહેવત મુજબ આ કચ્છી યુવાન સાહસિકો વર્ષો સુધી વિદેશોમાં રહ્યા, ઘૂમ્યા અને ત્યાં શરૂ થયેલી યંત્રવિદ્યા શીખ્યા.

પાછા ફર્યા બાદ રામસિંહ અને તેનાં કચ્છી સહકર્મીઓએ ભુજમાં આયના મહેલ બાંધ્યો જે હવે તો તદ્દન ખંડિયેર હાલતમાં જ છે. પણ આજથી ૫૦ વર્ષ પહેલાં તે જોવા દેશ વિદેશથી પર્યટકો ઉમટતાં.

મુઘલ શૈલીનાં દીવાને-ખાસમાં બેલ્જિયમ ગ્લાસનાં અરીસા, ભીંત પરનાં ઓઇલ પેઇન્ટિંગ્સ, સોનાચાંદીનાં નકશી કામથી મહેલ સિંહાસનો, છત્રપલંગો, ગાલીચા, તલવાર, બંદૂકો અને તોપગોળાથી માંડીને નાનામાં નાની યંત્ર અને કલાકારીગરીનાં દર્શન કરવા ૧૯૨૨ સુધી તો દેશવિદેશના રસિયાઓ આ સ્થળે ઉમટતા અને 'વાહ ! વાહ !' એમ આફ્રિન થઇને ઉદગારો કાઢતા.

નીચેની મોટી ટાંકીમાંથી પાઇપ અને સ્પ્રિંગથી મહેલના પહેલા માળ સુધી ઉતારેલો રંગબેરંગી ફૂવારો અને ઝગારા મારતા ઝુમ્મરો રાતના અંધારામાં સ્ટેન્ડ ઉપર ગોઠવેલી મીણબત્તીઓ સળગાવતાં જ ઝુમ્મરો દૈવી સ્વરૂપ ધારણ કરતા. જાણે કે યુરોપનો 'રેનેસાં યુગ' રણપ્રદેશ કચ્છમાં શરૂ થયો !

રામસિંહે સાચે જ યુરોપ અને હિંદને તેની સર્જનશક્તિથી એક જ મંચ પર ખડા કર્યા હતા. મહારાજા ખેંગારજી ત્રીજા છેક ૧૯૪૨માં મૃત્યુ પામ્યા ત્યાં સુધી તેઓ બીજી સગવડ ભરેલા મહેલોને બદલે આ જ મહેલમાં રહેતા હતા.

કચ્છનું પાટનગર ભૂજ તે સમયે 'કચ્છનું પેરીસ' કહેવાતું હતું. રામસિંહ માલમે માંડવી બંદર પાસે એક ગ્લાસ ફેક્ટરી પણ શરૂ કરી. દરિયાની સમીપ એટલા માટે કે ત્યાંથી કાચના કામમાં આવે તેવી ઉત્તમ જાતની રેતી ઉપલબ્ધ હતી. 'લોકેશનલ એડવાન્ટેજ' હતો.

એમાનું આજે કશું જ રહ્યું નથી. રામસિંહે શરૂ કરેલું 'મિની ઇન્ડસ્ટ્રીયલ રિવોલ્યુશન' જાણે કે તેની ગર્ભાવસ્થામાં જ મરણને શરણ થયું હતું, અને આજે તો એવી નોબત આવી છે કે વાસ્કો-દ-ગામાને પોર્ટુગલનાં લીસ્બન બંદરથી હિંદમાં લઈ આવનાર કચ્છી વહાણવટી કાનજી માલમ અને રામસિંહ માલમને બદલે વાસ્કો-દ-ગામા,

કોલંબસ અને સર ટોમસ રો જેવા યુરોપીયનો આપણી લોકજીભે વસવાટ કરે છે !